AF347280

ஜானு

ஜானு

செயற்கையான சுற்றுச் சூழல் உணர்வை சிருஷ்டிக்க மனிதன் பாடுபடுகிற இன்றுகூட மண்ணையும் இயற்கையையும் உணர்ந்துகொள்ளும் ஒரு மக்கள் திரள் இருக்கத்தான் செய்கிறது. அவர்களின் பிரதிநிதிதான் ஜானு.

ஜானுவின் முக்கியத்துவத்தை நாமும் காலமும் உணர்ந்துகொள்ளத் தொடங்கிவிட்டோம். காலச் சுழற்சியின் விளையாட்டு அது. ஜானு நமது வரலாற்றின் கதவுகளைத் திறந்து உள்ளே வருகிறார். நிகழ்காலத்தின் இந்தத் துடிப்பை நாம் உணர்ந்துகொள்ள முடியும்.

வயநாட்டில் ஜானுவின் கூடவே நடந்து, ஜானுவின் மக்களிடையே வாழ்ந்து, அவர்களின் நிஜ வாழ்க்கையை உணர்ந்து அதை எழுத்தில் கொண்டுவந்தவர் பாஸ்கரன்.

இப்போது 'ஜானு' ஆங்கிலம், ஹிந்தி மற்றும் தெலுங்கிலும் மொழிபெயர்க்கப்பட்டிருக்கிறது.

பாஸ்கரன்

ஜானு

ஸி. கே. ஜானுவின் வாழ்க்கை வரலாறு

தமிழில்
எம். எஸ்.

காலச்சுவடு பதிப்பகம்

ஜானு • வாழ்க்கை வரலாறு • ஆசிரியர்: பாஸ்கரன் • © ஸி.கே. ஜானு • தமிழில்: எம். எஸ். • முதல் பதிப்பு : நவம்பர் 2003, ஆறாம் (குறும்) பதிப்பு: பிப்ரவரி 2022 • வெளியீடு: காலச்சுவடு பப்ளிகேஷன்ஸ் (பி) லிட்., 669 கே. பி. சாலை, நாகர்கோவில் 629001

Jaanu • Biography • Biographical Skcteh • Author: Bhaskaran • © C.K. Janu • Translated from Malayalam by M.S. • Language: Tamil • First Edition: November 2003, Sixth (Short) Edition: February 2022 • Size: Demy 1 x 8 • Paper: 18.6 kg maplitho • Pages: 80

Published by Kalachuvadu Publications Pvt. Ltd., 669 K.P. Road, Nagercoil 629001, India • Phone: 91-4652-278525 • e-mail: publications@ kalachuvadu.com • Cover Photograph and illustrations: Bhaskaran • Cover Design: Santhosh • Printed at Clicto Print, Jaleel Towers,42 KB Dasan Road, Teynampet Chennai 600018

ISBN: 978 - 81-87477-53-2

02/2022/S.No.96, kcp 3466, 18.6 (6) uss

ஆதிவாசியாகப் பிறந்து வளர்ந்து தீவிர புரட்சிவாதியாக மாறிய ஜானுவைப் பற்றி பிரேமானந்தகுமார் எழுதிய மலையாளக் கட்டுரையின் மொழிபெயர்ப்புக் காலச்சுவடில் வெளிவந்தது. பின்னர் ஒன்றிரண்டு கட்டுரைகள் பிற தமிழ் இதழ்களிலும் வந்தன. வாசகர்களுக்கு ஜானுவைப் பற்றிச் சற்று விரிவாகத் தெரிந்துகொள்ள ஒரு புத்தகம் கொண்டு வரலாம் என்று காலச்சுவடு விரும்பியபோது *The Week* பத்திரிகையின் பிரதம ஓவியர் பாஸ்கரன் எழுதிய "ஜானு- ஸி.கே. ஜானுவின் வரலாறு" என்ற புத்தகம் கிடைத்தது. ஜானுவின் ஆதிவாசி மொழியில் கூறுவதாக மிக அற்புதமாக எழுதப்பட்ட சிறிய நூல் அது. அதை மொழிபெயர்க்க பாஸ்கரன் மகிழ்ச்சியுடன் அனுமதி அளித்தார்.

மொழிபெயர்த்து முடித்தபின் திருவனந்தபுரத்தில் சூர்யா டிவி செய்திப் பிரிவின் ஆசிரியர் சுகுமாரன் அவர்களை சந்திக்கும் வாய்ப்புக் கிடைத்தது. ஜானுவைப் பற்றி நிறையவே பேசினார். தமது archieves ல் இருந்து ஜானுவின் ஒரு மேடைப் பேச்சின் ஒளிநாடாவைப் போட்டுக் காட்டினார். ஓர் ஆதிவாசிப் பெண்ணின் பரிணாம வளர்ச்சி பிரமிப்பூட்டுவதாக இருந்தது. தம்முடைய பொறுப்புமிக்க பணிகளுக்கிடையிலும் என்னுடைய மொழி பெயர்ப்பைப் படித்துப் பார்த்து முக்கியமான பல திருத்தங்களைச் செய்து தந்தார் சுகுமாரன். நண்பர் பெருமாள்முருகன் இலக்கணப் பிழைகளையும் சொற்றொடர்களையும் திருத்திக்கொடுத்தார்.

'தலித் முரசு' இதழில் கவுதம சக்திவேல் எழுதிய 'போரிடும் மலையின மக்கள்' என்ற கட்டுரை ஜானுவைப்பற்றி நிறைய செய்திகளைத் தெரிவிக்கிறது. வாசகர்களுக்குப் பயன்படும் என்ற கருத்தில் அக்கட்டுரை ஆசிரியரின் அனுமதியுடன் நூலின் பின்னிணைப்பாகத் தரப்பட்டிருக்கிறது.

பாஸ்கரனின் கோட்டோவியங்கள் இந்த மொழிபெயர்ப்பிலும் இடம்பெறுகின்றன. ஜானு இப்போது காலச்சுவடின் அழகிய பதிப்பாக வெளிவருகிறாள்.

இவர்கள் அனைவருக்கும் என் உளங்கனிந்த நன்றி.

எம். எஸ்.

ஸி. கே. ஜானு பற்றி

1966 - 67ல் கேரளத்தின் வயநாடு மாவட்டத்தில் திரிசிலேரியிலுள்ள சேக்கோட்டை என்ற இடத்தில் ஒரு மழைநாளில் பிறந்தார். பெற்றோர் கரியன் - வெள்ளச்சி.

ஜானு எந்த முறையான கல்வியும் பெற்றிருக்கவில்லை. 17வது வயதில் கேரள எழுத்தறிவு இயக்கத்தின் மூலம் எழுதப் படிக்கக் கற்றுக்கொண்டார். பின்னாளில் ஆதிவாசிகளுக்கு எழுதப் படிக்கக் கற்றுத்தரும் பணியில் ஈடுபட்டார்.

இந்திய கம்யூனிஸ்ட் (மார்க்சிஸ்ட்) கட்சியின் தீவிர உறுப்பினர். அந்தக் கட்சியின் விவசாய தொழிலாளர் யூனியனில் (கேரள கர்ஷ கத் தொழிலாளி யூனியன்) பணியாற்றினார். 1991ல் கட்சியிலிருந் தும் கட்சிப் பணியிலிருந்தும் விலகினார்.

1992ல் ஆதிவாசி விகாசன ப்ரவர்த்தக சமிதி (பழங்குடி இன உழைப்பாளிகள் முன்னேற்ற இயக்கம்) அமைத்தார்.

ஜூன் 1992ல் ஜானுவின் தலைமையில் தட்சிண மேகல ஆதி வாசி சங்கமம் (தென் மண்டல பழங்குடியினர் சந்திப்பு) நடை பெற்றது. தமிழ்நாடு, கேரளம், கர்னாடக மாநிலங்களிலிருந்து முக்கிய பழங்குடி இனத் தலைவர்கள் இதில் கலந்துகொண்டனர். பழங்குடி மக்களுக்கு அவர்கள் இழந்த நிலங்களை மீட்டுத் தரு வதே இந்தச் சந்திப்பின் முக்கிய நோக்கம்.

தாங்கள் பறிகொடுத்த நிலங்களை மீட்பதற்காக அந்நிலங்களை ஆக்ரமிப்புச் செய்ய மக்களைத் தூண்டிவிட்டு அதற்குத் தலைமை தாங்கியதற்காக ஜானுவை போலிசார் ஒன்பது தடவை தாக்கினார் கள். ஒவ்வொரு முறையும் சிறையில் அடைக்கப்பட்டார்.

பழங்குடி மக்களின் முன்னேற்ற இயக்கத்தின் ஒரு நடவடிக்கை யாக 1993ல் ஜானு இந்தியாவின் பல மாநிலங்களிலும் சுற்றுப் பயணம் மேற்கொண்டார்.

1994 ஜனவரியில் கேரள அரசு இவருக்கு 'சிறந்த பழங்குடி இன உழைப்பாளர்' என்ற விருதை வழங்க முன்வந்தது. மலை வாழ் மக்களின் பதிமூன்று முக்கிய கோரிக்கைகளை அரசு செயல்

படுத்தவில்லை என்ற காரணத்தால் ஜானு அந்த விருதை ஏற்றுக் கொள்ள மறுத்துவிட்டார்.

ஐ.நா.சபை சார்பில் ஜெனிவாவில் நடைபெற்ற மாநாட்டில் ஆப்பிரிக்க, ஆசிய, லத்தீன் அமெரிக்க நாடுகளைச் சேர்ந்த முக்கிய பழங்குடி மக்கள் தலைவர்கள் கலந்துகொண்டனர். இந்தியாவின் சார்பில் கலந்துகொண்டவர் ஜானு மட்டுமே.

1999 ஜனவரியில் உலக மக்கள் செயல்பாட்டு இயக்கத்தின் நடவடிக்கைகளின் ஒரு பகுதியாக ஐரோப்பாவில் சுற்றுப் பயணம் மேற்கொண்ட இந்தியக் குழுவின் மூன்று உறுப்பினர்களில் ஜானுவும் ஒருவர். பிரான்ஸ், இத்தாலி, நெதர்லாண்ட், ஸ்விட்ஸர் லாந்து, ஆஸ்ட்ரியா, நார்வே, ஸ்பெயின், பெல்ஜியம் போன்ற நாடு களுக்குச் சென்று 120 இடங்களில் சொற்பொழிவு நிகழ்த்தினார்.

2000ம் ஆண்டில் பெங்களூரில் நடைபெற்ற உலக மக்கள் மாநாட் டில் ஜானு ஒரு முக்கிய பங்கு வகித்தார். 2001ல் கேரளத்தின் நிலமற்ற பழங்குடி மக்கள் ஒரு சரித்திர முக்கியத்துவம் வாய்ந்த போராட்டம் நடத்தினர். இதற்கு ஜானு தலைமை வகித்தார். அவர் கள் கேரள அரசுத் தலைமைச் செயலகம் முன்பு குடிசைகள் கட்டித் தங்கினர். நாற்பது நாட்கள் நடந்த இந்தப் போராட்டத்தின் முடிவில் கேரள அரசு 16.10.2001ல் பழங்குடி மக்களுடன் ஓர் ஒப்பந்தம் செய்துகொண்டது.

அந்த ஒப்பந்தத்தை அரசு நிறைவேற்றாததன் காரணமாக, 2003ல் ஜானுவின் தலைமையில் பழங்குடி மக்கள் வயநாடு மாவட் டத்தின் முத்தங்க என்ற இடத்திலுள்ள அரசு வனப்பகுதிகளை ஆக்ரமித்தனர். அதைப் பழங்குடியினர் வாழும் பகுதியாக மாற்றி னர். போலிஸ் 19.2.2003இல் அவர்களை வெளியேற்றும்போது நடந்த குழப்பத்தில் ஒரு ஆதிவாசியும் ஒரு போலிஸ்காரரும் இறந்தனர்.

இப்போது (2003) ஜானு ஜாமீனில் வெளிவந்திருக்கிறார்.

●

10

வெள்ளச்சி   வல்லி

பூமியின் எல்லைகளுக்குத் தூக்கியெறியப்பட்ட ஒரு சமூகம் மெல்ல விழித்து எழுந்து புரட்சிப் பாதையைச் சென்றடைந்தது எப்படி என்பதை விளக்குகிறது இந்தப் புத்தகம். போராட்டங்களின் சிக்கிப்புத் தன்மை பற்றியோ, அது சரியா தவறா என்பதைப் பற்றியோ இதில் எதுவும் இடம்பெறவில்லை. இது ஜானுவின் அனுபவங்கள் மட்டுமல்ல. தரையோடு தரையாக மிதித்து அமர்த்தப்பட்ட ஒரு சமூகத்தின் வேரைப் பற்றியதாகவும் இருக்கலாம். இதில் மொழி மிகக் குறைந்த சொற்களைக் கொண்டே உருவாக்கப்பட்டிருக் கிறது. பழங்குடியினருக்கிடையில் பொது சமூகம் ஊடுருவியதன் விளைவாக சிதறியும் துருத்தியும் நிற்கும் மொழி அது. வய நாட்டைப் போல காசர்கோட்டிலும் அது காணப்படுகிறது. மிகக் குறைந்த தேவைகளை மட்டுமே வாழ்க்கை முறையாகக் கொண்டி ருந்த ஒரு மக்கள் சமூகத்தினரின் மொழி, நல்ல மொழி என்று நமக்குத் தோன்றுவதனால் மட்டும் அந்த சமூகத்திற்கு என்ன நன்மை கிடைத்துவிடப்போகிறது? என்ன பயன்கள் அந்த சமூகத்தில் ஏற்பட்டுவிடப்போகின்றன? எனவே மொழி எப்படியும் தொலையட்டும். நாம் மண்ணைப் பற்றி மட்டும் பேசுவோம்.

சில பாடங்களை மனப்பாடமாகப் படிப்பதற்காகப் பள்ளியில் சேரும்போதுதான் ஒருவருக்கு இனிஷியல் கிடைக்கிறது. பறவை களுக்கு அது இல்லாதது போல. ஜானு பள்ளியில் சேரவில்லை. பத்து பதினேழு வயது பிராயத்தில் எழுத்தறிவு இயக்கத்தின்போது தான் ஜானுவுக்கு இனிஷியல் கிடைக்கிறது. பதிவேடுகள் நிரப்பு வதில் அனுபவமுள்ள ஒருவர் ஜானுவின் பெயருக்கு முன்னே சேக்கோட்டு கரியன் ஜானு என்று சேர்த்து பொது சமூகத்தின்

முக்கிய பாதைக்குக் கட்டமிட்டு சேர்த்தார். தலைமைச் செயலக மறியலுக்குப் பின்னர் கடுத்துருத்தியில் வரவேற்பு நிகழ்ச்சிக்கு முன்பே நமது 'ஸி.கே.'வுக்கு தலித் இளைஞர்கள் புரட்சி வாழ்த்துத் தெரிவிக்கத் தொடங்கிவிட்டனர். ஜானு மேற்கொண்ட தலைமைச் செயலக மறியலுக்கு முன்பே ஜானு 'ஸி.கே.' ஆக மாறி கேரள சமூகக் கட்டமைப்புக்குள் பிரவேசித்திருந்தார். அது கேரளத்தின் அரசியல் சக்தியின் மேல் ஒரு பழங்குடிப் பெண் மேற்கொண்ட ஆக்ரமிப்பு என்று சொல்லலாம். ஜானு இப்போது வசிப்பது கையகப்படுத்தப்பட்ட நிலத்தில். பனவில்லியில் ஒரு மலைப் பகுதி யில். ஆம், ஆக்ரமிக்கப்பட்ட பூமிதான்.

உண்மையில் இந்தப் புத்தகம் யாரை ஆக்ரமிக்க முனைகிறது என்பது என்னை அதிகம் வெட்கப்படச் செய்து தலைகுனிய வைக் கிறது. நமது பொது சமூகம் கடைசியில் இதோ தூக்கி எறியப்பட்ட ஒரு சமூகத்தின் வாழ்வனுபவங்களையும் ஆக்ரமிக்கிறது. சில சமயம் வரலாறு முழுக்க பழங்குடி மக்கள் நடத்திய, நடத்தப் போகிற போராட்டங்களும் முடிவில் ஒரு ஓவியன் தீட்டிய ஒரே ஒரு காகிதச் சித்திரம் பூமியின் ஓர் எல்லைக்கு காற்றில் பறந்து வெயிலும் மழையும் கொண்டு நிறம் மாறி சிறிய, மிகச் சிறிய ஒளியில் நடுங்கிக்கொண்டு நிற்கக்கூடும். அந்த நாளில் பூமியின் நிஜ உரிமையாளர்களைப் பற்றி நமக்கெல்லாம் உடன்பாடும் இருக்கக்கூடும்.

பாஸ்கரன்

வயநாட்டில் என் அனைத்துப் பயணங்களிலும்
எனக்கு முன்னே ஓவியரின் மாடலாக எவ்வித
பாவனையுமின்றி அசையாது நின்று, நேரத்தையும்
காலத்தையும் நிசப்தமாக்கிய ஜீவன்களுக்கு இந்த
நூல் சமர்ப்பணம்.

இந்நூலின் உரிமைத் தொகை, நூலாசிரியர் மற்றும்
மொழிபெயர்ப்பாளரின் வேண்டுகோளுக்கு இணங்க
ஸி. கே. ஜானுவுக்கு வழங்கப்படுகிறது.

முன்பெல்லாம் வேலை என்று சொன்னால் நாற்றுப் பறித்தல், நடுதல் போன்றவைதான். நெல் பயிர் சம்பந் தப்பட்டவை. எங்கள் பகுதியில் தோட்ட வேலை அதிகமாக ஏற்பட்டதெல்லாம் அண்மைக் காலத்தில்தான். காப்பிச் செடிகளுக்கு உரமிடுவது, மிளகுக் கொடிகளுக்கு வளமிடுவது போன்ற வழக்கங்கள் எல்லாம் அப்போது கிடையாது. வயலில் உள்ள வேலைகள்தான் அதிகமும். சாணம் சுமந்து சென்று வயலில் இடுவது, நிலத்தை உழுவது, விதைப்பது, அதற்கப்புறம் அறுவடை, கட்டு சுமந்து வருதல் –இப்படிப் பட்ட வேலைகள் இருந்தன. அறுவடை முடிந்த வயலில் கதிர் பொறுக்குவதும் உண்டு. அதன் பிறகு கதிரை மிதித்து நெல்லைப் பிரித்தல், வைக்கோலை வெயிலில் காயவைத்தல், அதைக் கயிற்றால் கட்டுதல் போன்ற வேலைகளும் இருந்தன. இந்த வேலைகளுக்கு நான் போகும்போது எனக்கு வயது பத்து, பதினொன்று இருக்கும். அப்போது கூலி இரண்டு ரூபாய். பன்னிரண்டு பதின்மூன்று வயதில் இரண்டரை, மூன்று ரூபாய்வரை கிடைத்திருக்கிறது. பொழுது வெளுக்கும் போது வயலில் இறங்கினால், இருட்டி, தவளை கத்துவதுவரை வேலை பார்க்க வேண்டும். அதற்கும் சின்ன வயதில் நாங்கள் காட்டில் போய்ச் சுற்றிக்கொண்டிருப்போம்.

சாகுபடி செய்யாத காடுகளில் மரங்களை வெட்டி அகற்றிச் சிறிய செடிகளைப் பிடுங்கி மாற்ற வேண்டும். அடர்ந்து படர்ந்த கொடிகளும் முட் செடிகளும் இருக்கும். கத்தியால் வெட்டி, கழியால் ஒன்று திரட்டி நெருப்பிட்டு எரிப்போம். பயிரிடுவதற் கான நிலத்தைப் பக்குவப்படுத்துவது அப்படித்தான். புது மண்ணில் தீப் பிடிக்கும்போது நல்ல மணம் பிறக்கும். உயிரோடு சுட்டு எரிக்கும் மணம். மலையில் தீப்பிடித்து எரிவதைப் பார்த் தால் பயமாயிருக்கும். இரவில் பார்க் கும்போது ஆட்களை எரிப்பதுபோல் தோன்றும். சில நாட்கள் எரிந்து தீ

அணைந்து புகைந்த பிறகு நிலம் வெடிப்புகளுடன் கிடக்கும். மழை வந்தால் மொட்டையடிக்கப்பட்ட பெண்ணைப் போல் காட்சி அளிக்கும். மழைவெள்ளம் சிவந்து ரத்தம் போல் ஓடும். மழை நின்ற பிறகு நிலத்தை வெட்டிக் கிளைத்து விடுவோம். அப்புறம் விதைத்துப் பயிரிடுவோம்.

சிறு வயதில் நாங்கள் எல்லோரும் வயல்களில் மீன் பிடிக்கப் போவோம். வயல் கரையில் சேற்றில் நண்டு பிடிப்போம். பண்ணையாரின் மாடுகளை மேய்ப்போம். காட்டில் காரப்பழம் பறிப்போம். முத்தங்காய் பழம் பறிப்போம். குன்னிப் பழம் கொஞ்சம் பறித்துத் தின்போம். குன்னிப்பழம் தின்றால் நாக்கு சிவந்துவிடும். பெரிய மரங்களில் தேன்கூடு இருக்கிறதா என்று பார்ப்போம். மூங்கில் கம்புகளைப் பொறுக்கிக் கட்டிக் கொண்டுவருவோம். மூங்கில் காடுகளுக்குச் சென்றால் யானைத் தடங்கள் தென் படுகிறதா என்று பார்ப்போம். குட்டைகளிலிருந்து தண்ணீர் அள்ளிக் குடிப்போம். அல்லது குட்டையின் கரையில் உட்கார்ந்துகொண்டு தண்ணீரில் காலை நனைத்தபடி உட் கார்ந்திருப்போம். பாறைகளின் இடுக்குகளைத் தோண்டி நீர் இருக்கிறதா என்று பார்ப்போம். பிரம்புக் கொடிகளை அரிந்து வருவோம். காட்டிற்குள் நுழைந்தால் பசி தெரியாது. கிழங்கு தோண்டித் தின்போம். கிழங்கு கிடைக்கும்வரை மண்ணைத் தோண்டிக்கொண்டேயிருக்க வேண்டும். சில சமயம் நாள் முழுவதும் தோண்ட வேண்டும்.

சின்ன வயதில் எங்கள் ஆட்கள் வயலில் வேலை செய்யும்போது நாங்கள் வாய்க்காலில் மீன் பிடிப்போம். தண்ணீர்ப் பாம்புகளைக் கயற்றில் சுருக்கு போட்டுப் பிடிப் போம். வாய்க்கால் கரையில் தாழைப்புதரில் காடைக் கோழிகள் இருக்கிறதா என்று தேடுவோம். அவற்றைக் கண்ணி வைத்துப் பிடிப்போம். சேலைத் துண்டை விரித்துக் கால்வாயில் மீன் பிடிப்போம். அதுபோல பரல் மீனையும் மூசுமீனையும் பிடித்து வருவோம். நண்டு வேண்டுமென் றால் கோரைப் புல்லின் நுனியில் சுருக்குப்போட்டுப் பிடிப்போம். ஆண்பிள்ளைகளும் பெண்பிள்ளை களும் சேர்ந்தே போவோம். வேலை முடிந்து இருட்டும்போது குடிசைக்கு வந்து மீனையும் நண்டையும் கறிவைத்துத் தின்போம்.

சின்ன வயதில் குடிசைக்குள் விளக்கு எதுவும் கிடை
யாது. ஒரே இருட்டாயிருக்கும். விளக்கு, மண்ணெண்ணெய்
எதுவும் கிடையாது. தீப்பெட்டியைப் பார்த்ததே இல்லை.
அடுப்புப் பற்ற வைப்பதற்கென்று தீக்கனலை எப்போதும்
அணையாமல் வைத்திருப்போம். கனல் எரிந்து வெந்து
அப்படியே இருக்கும். அந்தி மயங்கும் நேரத்தில் எல்லோரும்
முற்றத்தில் வந்து உட்காருவோம். சிலர் புகையிலை தின்பார்
கள். காட்டின் ஓசையைக் கேட்டபடி சும்மா உட்கார்ந்திருப்
போம். அல்லது விறகு கீறித் தீயிடுவோம். அல்லது காட்டுக்
கிழங்கைச் சுட்டுத் தின்போம். பச்சையாகவும் தின்போம்.

என் சிறு பிராயத்தில் குடிசையைச் சுற்றிக் கொஞ்சம்
இடமும் காடும் இருந்தன. பயிரிடுவதற்கு நிலமும் இருந்தது.
துவரை, சேம்பு, தினை, முத்தாளி எல்லாம் பயிர் செய்வோம்.
குழந்தை குட்டிகளும் நிலத்தில் வேலை செய்வார்கள்.
காட்டுப் பன்றி, குரங்கு, யானை எல்லாம் வராமலிருக்க
ஏறுமாடம் (பரண்) கட்டி அதில் இருந்துகொண்டு தகரத்தை
அடித்து ஓசை உண்டாக்குவோம். ஏறுமாடம் இரண்டு
மரங்களுக்கிடையே கட்டப்பட்டிருக்கும். ரொம்ப உயரத்தில்.
அதில் ஏறி உட்கார்ந்தால் எங்கள் பூமியும் பெரிய காடும்
ஆகாயமும் தெரியும். மழைக்காலத்தில் அதில் இருந்தபடியே
மழை புறப்பட்டு வருவதைப் பார்க்கலாம். சில சமயம்
மழை குடகிலிருந்து புறப்படும்.

காட்டில் மழை பெய்யும்போது காடும் வானமும்
ஒன்றுபோல வெள்ளையாயிருக்கும். அப்போது காட்டில்
பெரிய பெரிய மரங்களெல்லாம் குனிந்து தாழ்ந்து குழந்தை
கள்போல நிற்கும். மழைக்கு முன்னால் காற்று வரும்.
காற்று வீசும்போது பெரிய மரங்கள்
எல்லாம் ஆட்டம் போடும். மரங்கள்
ஆடும்போது பயமாயிருக்கும். மலை
கள் எல்லாம் ஒன்றுசேர்ந்து ஆடுவது
போலிருக்கும். பெரிய மரங்களில்
உள்ள தேன்கூடுகள் எப்படிக் கீழே
விழாமல் இருக்கின்றன என்று
ஆச்சரியப்படுவோம். பறவைகளின்
வீடுகள் சிதறிப்போகாமல் இருப்பது
எப்படி என்றும் நினைப்போம்.

ஏறுமாடத்தில் இருந்தால்
தூரத்தில் யானைக் கூட்டம் வரு
வதைக் காணலாம். இளம் குருத்துக்
களைத் தின்ன மான்கள் வரும்.
யானைகள் நம்முன் எதிர்ப்பட்டால்

குன்றை நோக்கி ஓடக்கூடாது. குன்றின்மேல் யானைகளுக்கு வேகமாக ஏற முடியும். பள்ளத்தை நோக்கி ஓடவேண்டும். பள்ளத்தில் யானையால் ஓட முடியாது. அதன் நாக்கு தள்ளிவிடும். பன்றிகள் வந்து பயிர்களைக் கிளறி நாசப் படுத்தும். நமக்குத் தெரியாது. இரவில்தான் அவை வரும். யானைகள் இரவில் வந்தால் அவற்றின் மணம் தெரியும். நெருப்பைக் காட்டியும் சத்தம் போட்டும் யானைகளை விரட்டுவோம்.

மழைக்காலத்தில் நாங்கள் வெளியே சென்று அலைய முடியாது. தின்பதற்கும் ஒன்றும் கிடைக்காது. கிழங்கு வெட்டியெடுக்க முடியாது. குழல் ஊதினால் பாட்டும் வராது.

மழை பெய்யும்போது யானைகள் குடிசைகளுக்கருகில் வந்துவிடுமோ என்று பயமாயிருக்கும். மலை வெள்ளம் வந்து குடிசையை அடித்துக்கொண்டு போய்விடுமோ, மரங் கள் குடிசைமேல் விழுந்துவிடுமோ என்றும் பயமாயிருக்கும். மழைக்காலத்தில் காற்றின் இரைச்சல் அச்சுறுத்தும். சிறிய பிராணிகள் இடைவிடாமல் கூச்சலிட்டுக்கொண்டேயிருக் கும். பகலிலும் காட்டில் இரவு போலவே இருக்கும். எங்கு பார்த்தாலும் இருட்டுத்தான். மரங்களின் இலைகள் எல்லாம் கறுகறுவென்றிருக்கும். தவளைகள் கத்தும். ஒரே குளிரா யிருக்கும். நாங்கள் குழந்தைகள் எல்லோரும் குடிசைக்குள் மூலையில் ஒன்றாக உட்கார்ந்து சூடு காய்வோம். எங்கள் உடம்பெல்லாம் கதகதவென்றிருக்கும். பெரியவர்கள் வயலில் வேலைசெய்யப் போய்விடுவார்கள். நாற்று நடுவது அப்போது தான். நாங்கள் அப்படிக் குடிசைக்குள் கட்டிப் பிடித்தபடி இருக்கும்போது குழந்தைகளிடமிருந்து ஒருவித மணம் வீசும். பசிக்கு மணம் உண்டா என்று எனக்குத் தெரியாது.

மழைக்காலத்தில் வேலைக்குச் சென்ற ஆட்கள் நன்றாக இருட்டிய பிறகுதான் திரும்பி வருவார்கள். அந்தச் சமயத்தில் வேலையும் அதிக மாக இருக்கும். அவர்கள் வரும் போது நாங்கள் குழந்தைகள் உறங்கி விட்டிருப்போம். சில நேரங்களில் இரவில் சாப்பிட ஒன்றும் இருக் காது. எங்கள் ஆட்களிடம் ஆடுமாடு கள் எதுவும் இல்லை. வாங்கு வதற்குப் பணமும் இல்லை. காடும் புல்லும் நிறையவே இருக்கின்றன.

நாங்கள் ஆண்பிள்ளைகளும் பெண்பிள்ளைகளும் பண்ணை யாரின் ஆடுமாடுகளை மேய்ப்போம். மேய்ப்பதற்காகக் காட்டுக்குள் போனால் இருட்டும் வரை காட்டில்தான் இருப்போம். அப்போதுதான் மூங்கில் காட்டுக்குள் நுழைந்து இளம் மூங்கில்களை வெட்டி எடுத்துக் குழல் உண்டாக்கு வோம். அதை வாயில் வைத்து ஊதினால் நல்ல பாட்டு வரும். குழலின் ஓசை காட்டின் மற்ற ஒலிகளைப் போல் அல்ல. அதன் ஒலியை நாம் எவ்வளவு தூரத்தில் இருந்தும் அறிந்து கொள்ள முடியும். நாங்கள் மேய்க்கும் கால்நடை களும் அந்த ஒலியைக் கேட்டால் புரிந்துகொள்ளும்.

எங்கள் பக்கத்தில் யாரும் ஸ்கூலுக்குப் போனதாகக் கேள்விப்பட்டதில்லை. ஸ்கூலில் சேர்ப்பதற்காக யாரும் வந்ததாகவும் தெரியவில்லை. வெளியிலிருந்து யாராவது வந்தால் நாங்கள் உடனே காட்டுக்குள் ஓடி ஒளிந்துகொள் வோம். அவர்கள் பக்கமே போகமாட்டோம். ஒரே ஓட்டமாக ஓடிவிடுவோம். வெள்ளை வேட்டியும் சட்டையும் அணிந்து வருகிற ஆட்கள் எருமைக் கடாவையும் காளை மாட்டையும் தின்பார்கள் என்று சொல்லிப் பெரியவர்கள் எங்களைப் பயமுறுத்தி வைத்திருந்தார்கள். அதனால் யாராவது புதியவர் கள் எங்கள் பகுதிப் பக்கம் வந்தால் ஓடிப்போய்க் காட்டுக்குள் மறைந்துகொள்வோம். எங்களுக்குக் காட்டைப் பற்றித் தெரிந்த அளவு வேறு யாருக்கும் தெரியாது. காடு எங்களுக்குத் தாய்மாதிரி. காடு எங்களைவிட்டு எங்கும் போகாது. அத னால் அது அம்மாவை விடவும் நெருக்கமானது.

அன்று எனக்கு இருந்ததெல்லாம் ஒரே சட்டைதான். பெரியவர்கள் உடுத்த சேலையை இரண்டு மூன்று துண்டு களாகக் கிழித்து ஆளுக்கு ஒன்று எடுத்துக்கொள்வோம். அதை எப்ப டியோ சுற்றிக் கட்டிக்கொள்வோம். எனக்குச் சின்ன வயசில் பெரிய வட்ட வட்டப் புள்ளிகள் போட்ட ஒரு சேலையின் துண்டு இருந்தது. அப்புறம் பாவாடை போன்ற ஒன் றும் இருந்தது. அதன் நிறம் என்ன என்று இப்போது நினைவில்லை. நல்ல கறுப்பாயிருந்தது அது. நாங்கள் சிறியவர்களாயிருக்கும் போது பண்ணையாரின் தோட்டத் திற்குப் போனால் குலைவெட்டிய வாழைத் தண்டுகளை இளக்கி எடுப் போம். சில பட்டைகளை எடுத்த

பிறகு அதற்குள் வெள்ளைவெளேரென்று வாழைக் குருத்து நல்ல பட்டுபோல் இருக்கும். அதை எடுத்துத் துணி வியாபாரி விளையாட்டு விளையாடுவோம்.

சிறு வயதில் எப்போதோ மானந்தவாடியிலிருந்து ஹாஸ்டலில் சேர்ப்பதற்காகக் குழந்தைகளை அழைத்துப் போக ஆட்கள் வந்தார்கள். கொஞ்சம்பேரைக் கூட்டிக் கொண்டும் போனார்கள். சின்னப் பிள்ளைகளையும் பெரிய பிள்ளைகளையும். என் தங்கச்சி படிக்கப் போனது அப்படித் தான். அந்தச் சமயம் நான் காட்டுக்குள் வேலைக்குப் போயிருந்தேனோ, வாய்க்காலில் மீன் பிடித்துக்கொண்டிருந் தேனோ, மாடு மேய்க்கப் போயிருந்தேனோ, காட்டில் ஓடி ஒளிந்துகொண்டேனோ, கிழங்கு பிடுங்கிக்கொண்டிருந் தேனோ என்று நினைவில்லை.

திருசிலேரி ஊரில் சேக்கோட்டை என்றுதான் எங்க எது பகுதியை அழைப்பார்கள். நிறையப் பிள்ளைகள் இருந்தார்கள். எங்கள் அடியார் சமுதாய ஆட்கள் மட்டுமே அங்கே வசித்தார்கள். எங்கள் வீட்டில் ஐந்து பேர். மூன்று பெண்கள், இரண்டு ஆண்கள். எங்கள் அப்பாவின் முதல் மனைவியின் மகள் நான். அதன் பிறகு அப்பா இரண்டு கல்யாணம் செய்துகொண்டார். அதில் ஒரு பையன். மூன்றாவது மனைவிக்குக் குழந்தைகள் இல்லை. அப்பா காலத்தில் எங்கள் சமுதாயத்தில் ஆண்கள் கள்ளும் சாராய மும் குடிப்பார்கள். அதனால் சிறு வயதில் நிறைய கஷ்டங்கள் ஏற்படத்தான் செய்தன. அடியார் சாதியில் கல்யாணம் என்பது அவ்வளவு பெரிய விஷயமல்ல. என் தங்கை பிறப்பதற்கு முன்பே அப்பா எங்களை விட்டுப் போய்விட் டார். மூத்த குழந்தை அதற்கு சின்னதைக் கவனித்துக்

கொள்ளும். கல்யாணம் செய்து கொண்டாலும் இல்லாவிட்டாலும் எல்லோரும் பண்ணையாரின் நிலத் தில் வேலை செய்ய வேண்டும். நாங் கள் எல்லோரும் வேலை செய்தா லும் வயிறு நிறைய ஏதாவது தின்ன வேண்டுமானால் காட்டுக்குத்தான் போக வேண்டும்.

வெள்ளமுண்டயில் ஒரு டீச்ச ரின் வீட்டில் நான் கொஞ்சநாள் ஒரு குழந்தையைப் பார்த்துக்கொள் வதற்காகப் போயிருந்தேன். அப் போது எனக்கு வயது ஏழு அல்லது எட்டு இருக்கும். வெள்ளமுண்டக்கு

அம்மாதான் என்னைக் கூட்டிக்கொண்டு போனாள். எங்கள் பகுதியைவிட்டு வெகுதூரம் சென்றதும் அப்போதுதான். எப்படி எந்த வழியில் போனோம் என்று நினைவில்லை. ரொம்ப தூரம் நடக்கவேண்டியிருந்தது. நடப்பதில் எனக்கு ரொம்ப ஆசை. புதிய காடுகள், புதிய பாதைகள், இதுவரை பார்த்திராத குன்றுகள், சிறிய கால்வாய்கள் எல்லாம் பார்த்துக்கொண்டே சென்றேன். நடந்து போகும்போது தூரத்தில் வயலில் மோட்டார் பம்பின் குறுகுறு ஓசை கேட்டுக்கொண்டிருந்தது. பூச்சி மருந்தின் மணமும் வந்து கொண்டிருந்தது.

சட்டையும் முண்டும் அணிந்த பலவிதமான மனிதர் களைப் பார்த்ததும் அப்போதுதான். அவர்களைப் பார்த்தால் வெகுதூரம் விலகி நடக்கவேண்டும். அம்மா யாருடனும் பேசாமல் நடந்தாள். அந்தச் சமயத்தில் காட்டிகுளம், மானந்தவாடி போன்ற இடங்களைப் பார்த்ததில்லை. நாங்கள் போனது நல்ல வெயில் காலம். தூரத்தில் வண்டிகள் செல்லும் ஒலி கேட்டது. குழல் ஊதும்போது வரும் ஓசை யல்ல அது. ரோடு, வண்டி இதொன்றும் அப்போது பார்க்க வில்லை.

மேரிக்குட்டி டீச்சரின் வீடு ஓடு போட்டது. வரிசை யான அறைகள் கொண்ட நீண்ட வீடு அது. டீச்சர் ரொம்ப நல்லவள். ஒரு பெண் குழந்தையைப் பார்த்துக்கொள்ளத் தான் நான் போயிருந்தேன். குழந்தை நல்ல வெளுப்பு. டீச்சரின் வீட்டில் இரவிலும் நல்ல வெளிச்சமாயிருக்கும். பகலிலும் வெளிச்சம்தான். எங்கள் குடிசைபோல் அல்ல. மேல்கூரை நல்ல உயரம். மூங்கிலால் அல்ல, மரத்தினால் செய்திருந்தது. பகலில் மேலே பார்த் தால் பல்லிகள் தென்படும். ஓட்டுக் கும் தடிகளுக்கும் இடையே குளவி கூடு கட்டியிருந்தது. குளவியின்கூடு கெட்டியாயிருக்கும். அதை உடைக் கக்கூடாது. மேரிக்குட்டி டீச்சரின் வீட்டில் என்னை விட்டுவிட்டு அம்மா போய்விட்டாள். எனக்கு அந்த வீடு மிகவும் பிடித்திருந்தது. அந்தக் குழந்தையையும் ரொம்பப் பிடித்திருந்தது.

டீச்சர் எனக்கு ஒரு சட்டை வாங்கித் தந்திருந்தாள். அதை அணிந்தபோது மிகவும் பெரிதாயி ருந்தது. சில இடங்களில் சிறிய

புள்ளிகளும் வண்டுகளின் படங்களும் இருந்தன. தேன்கூட் டில் கல் எறிந்தது போல். அதில் சேறு பட்டால் தெரியவே தெரியாது. சட்டைத் துணி ரொம்பக் கெட்டியானது. கஞ்சி குடிப்பதற்காக எனக்கு ஒரு அலுமினிய பாத்திரம் தந்திருந் தார்கள். ஆட்டுக் கல்லின் பின்பக்கம் அதை வைத்திருப்பேன். ஒரு கண்ணாடி டம்ளரும் இருந்தது. அதில் ஒரு சிவப்புப் பூவின் படம் இருந்தது. சிம்மினி விளக்கும் மண்ணெண்ணெய் குப்பியும் அந்த ஆட்டுக் கல்லுக்குப் பக்கத்திலேயே இருந்தன.

டீச்சர் ஸ்கூலுக்குப் போன பிறகு நான்தான் குழந் தையைப் பார்த்துக்கொள்ள வேண்டும். டீச்சரின் வீட்டில் ஒரு குடை இருந்தது. ஒன்றிரண்டு கம்பிகள் தையல் விட்டி ருந்தது. மழை பெய்யும்போது நான் குழந்தையைத் தூக்கிக் கொண்டு குடையைப் பிடித்தபடி முற்றத்தில் நடப்பேன். குடைக்கு ஒரு கண்ணாடி கைப்பிடி. அதற்குள் இரண்டு அழகிய சிவப்புப் பூக்கள். அதற்கு நல்ல மணமும் இருந்தது. வரிசையாக இருந்த வீடுகளில் வேறு டீச்சர்கள் வசித்தனர். அவர்களுடைய குழந்தைகளைக் கவனிக்க எங்கள் சமுதாயப் பிள்ளைகளும் இருந்தனர்.

வீட்டுக்குக் கீழே சின்ன சரிவும் ஒரு கமுகுத் (பாக்கு) தோட்டமும் இருந்தன. நாங்கள் அங்கு போய் விளையாடு வோம். பாக்கு மட்டையில் டீச்சரின் குழந்தையை உட்கார வைத்து வண்டி இழுப்போம். குழந்தையைக் கமுகுப் பாளை யில் கிடத்தித்தான் குளிப்பாட்டுவார்கள். கமுகுப் பாளை பறித்துக்கொண்டு வர நான் போவேன். என்னால் பாளை களைச் சுமந்துகொண்டு வர முடியாது. கொஞ்சம் பாளை களை ஒன்றாகச் சேர்த்துக் கட்டி தோள்வழி கயிற்றைப் பிடித்து இழுத்துக்கொண்டு வருவேன். அப்படி நிறையப் பாளைகளைக் கொண்டுவர முடியும்.

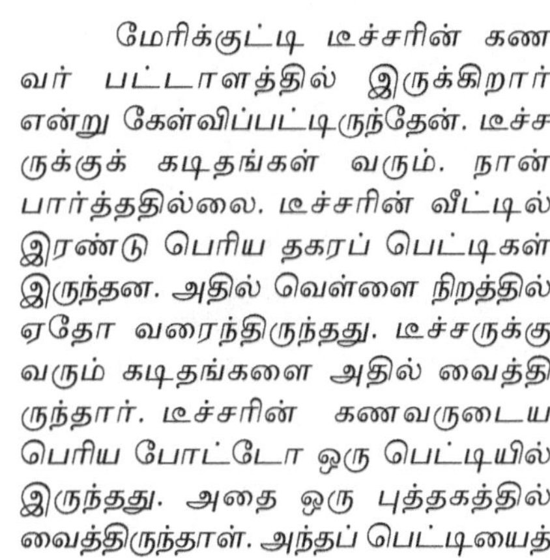

மேரிக்குட்டி டீச்சரின் கண வர் பட்டாளத்தில் இருக்கிறார் என்று கேள்விப்பட்டிருந்தேன். டீச்ச ருக்குக் கடிதங்கள் வரும். நான் பார்த்ததில்லை. டீச்சரின் வீட்டில் இரண்டு பெரிய தகரப் பெட்டிகள் இருந்தன. அதில் வெள்ளை நிறத்தில் ஏதோ வரைந்திருந்தது. டீச்சருக்கு வரும் கடிதங்களை அதில் வைத்தி ருந்தார். டீச்சரின் கணவருடைய பெரிய போட்டோ ஒரு பெட்டியில் இருந்தது. அதை ஒரு புத்தகத்தில் வைத்திருந்தாள். அந்தப் பெட்டியைத்

திறக்கும்போது நல்ல வாசனை அடிக்கும். கடிதம் வரும்போ தெல்லாம் டீச்சருக்கு ரொம்ப சந்தோஷமாயிருக்கும்.

டீச்சரின் வீட்டில் ஒரு பழைய ரேடியோ இருந்தது. சிலநாட்கள் அதில் பாட்டுக்கள் கேட்போம். அழுகையும் சிரிப்பும் கொண்ட நாடகங்கள் வரும். அதற்கு உள்ளே இத்தனை ஆட்கள் எப்படி அடைந்திருக்கிறார்கள் என்று நினைப்பேன்.

டீச்சரின் ஊர் அதிரம்புழை. ஸ்கூல் அடைத்ததும் டீச்சர் எங்களை அவருடைய ஊருக்கு அழைத்துப் போனார். இரவு பஸ்ஸில் போனோம். திரும்ப வந்ததும் இரவில்தான். ஊர்கள் எதையும் பார்க்க முடியவில்லை. பஸ்ஸில் இருந்த போது வெளியே நல்ல இருட்டு. நல்ல காற்றும் வீசியது. பஸ் குப்புறப் பள்ளத்தில் இறங்கும்போது கீழே குட்டி குட்டி வெளிச்சங்கள் தெரியும்.

அதிரம்புழையில் டீச்சரின் தங்கை இருக்கிறாள். ஸாலி என்று பெயர். என் வயசுதான் இருக்கும். ஸ்கூலில் படித்துக் கொண்டிருந்தாள். என்னை சர்ச்சுக்கு அழைத்துப் போனாள். அவ்வளவு பெரிய கட்டிடத்தை நான் இதற்கு முன் பார்த்தே இல்லை. சர்ச்சுக்குள் யாரும் பேசக்கூடாது. சர்ச்சை அடையும்போது டீச்சர் வேறு ஆள் மாதிரி தோன்றி னாள். எல்லோரும் வரிசை வரிசையாக ரொம்ப நேரம் நின்றுகொண்டிருந்தார்கள். நான் ரொம்ப பின்னால் இருந்த தால் எதையும் சரியாகப் பார்க்க முடியவில்லை. நல்ல சட்டை போட்ட ஒருவர் ஒரு புத்தகத்தைப் பார்த்து எதையோ படித்துக்கொண்டிருந்தார். ஒரு தூக்குப் பாத்திரத் திலிருந்து புகை வந்துகொண்டிருந்தது. என் அருகே ஸாலி இல்லாததால் எதையும் கேட்டுக் கொள்ள முடியவில்லை. அதிரம் புழை வீட்டில் மரச்சீனிக் கிழங்கும் மீன் கறியும் சாப்பிட்டேன். பழுத்த மாம்பழமும் நிறைய கிடைத்தது. ஸாலி தன்னுடைய புத்தகங்களை யெல்லாம் என்னிடம் காண்பித் தாள். அவற்றில் நிறையப் படங்கள் இருந்தன. ஸாலி ஒரு நல்ல கதை யைப் படித்துக் காட்டினாள். காட்டு மிருகங்கள் பற்றிய கதை அது. அந்த மிருகங்களுக்குப் பேசத் தெரிந்திருக் கிறது. எங்கள் காட்டில் அப்படிப் பட்ட மிருகங்களைப் பார்த்தே இல்லை. ஸாலி ஒரு மயில் இறகைப்

புத்தகத்தின் நடுவில் வைத்திருந்தாள். அது குட்டிபோடுமாம். எங்கள் காட்டிலும் நிறைய மயில்களைப் பார்த்திருக்கிறேன். அவை நடந்து செல்வது அழகாயிருக்கும். ஆனால் ஸாலியி டம்தான் ஒரு மயில் இறகைப் பார்த்தேன். பாம்புகளை மயில் கொன்று தின்னும். அதனால் அதன் பக்கமே போக மாட்டேன். அதிரம்புழையிலிருந்து வந்த பிறகு நான் ஸாலியைப் பார்க்கவேயில்லை.

வெள்ளமுண்டயில் டீச்சரின் வீட்டருகே ஒரு கடை இருந்தது. அங்கே அரிசியும் பயறும் கருவாடும் கிடைக்கும். அந்தக் கடையின் சுவரில் சினிமா படங்கள் ஒட்டியிருந்தது. அதில் இரண்டு பெரிய முகங்கள் சிரித்துக்கொண்டிருக்கும். அந்தக் கடைக்கு நான் நாலைந்து தடவை போயிருக்கிறேன். வெள்ளமுண்டயில் சினிமா காட்டுகிற ஒரு டாக்கீஸ் இருந் தது. தூரத்தில் வேறு கடைகளும் இருந்தன. டீச்சருடன் அங்கே சினிமா பார்க்கப் போயிருந்தேன். எங்களுடன் சில டீச்சர்களும் வந்திருந்தனர். சினிமாவின் பெயர் செம்பருத்தி. தரையில் உட்கார்ந்துதான் பார்த்தோம். படத்தில் ஆட்களின் முகமும் கைகால்களும் மிகவும் பெரிதாக இருந்தன. வாய்க் காலும் ஆறும் வீடுகளும் மலையும் இருந்தன. நான் நேரில் பார்த்த மலைபோல அல்ல அது. சினிமாவில் பொட்டு போட்ட பாவாடை கட்டின ஒரு பெண் பாடியது நன்றாக ஞாபகமிருக்கிறது. டாக்கீஸின் உள்ளே நல்ல இருட்டு. காட்டில் நுழைவதுபோல் அல்ல. டீச்சர் ஒரு பாட்டுப் புத்தகம் வாங்கினார். வீட்டில் அந்தப் புத்தகத்தைப் பார்த்து டீச்சர் பாட்டு பாடுவார். படிக்கத் தெரியாததால் புத்தகத்தைப் பார்க்காமலே பாட்டுப் பாடுவேன். பாத்திரம் கழுவும்போது, குழந்தையைத் தூங்க வைக்கும்போது, கால்வாயில் துணி துவைக்கும்போது, தண்ணீர் எடுக் கும்போது எல்லாம்.

எங்கள் சமுதாயத்தில் பெண் கள் பாட்டுப் பாடுவதாக நான் கேள்விப்பட்டதில்லை. வயலில் வேலை செய்யும்போது வாயில் புகையிலையை அடக்கிக்கொள் வார்கள். என்றாலும் குழந்தையைத் தூங்க வைக்கும்போது மெல்லிய குரலில் பாடுவோம். நாங்கள் எல் லோரும் ஒரே பாட்டைத்தான் பாடு வோம். டீச்சரின் குழந்தையைத் தூங்க வைக்கவும் அந்தப் பாட்டைத் தான் பாடினேன்.

சீனோ சிரம்பின்னு கரஞ்ஞுப்போ
சீனிக்குக்குப் போயி
காணி விராணாத்தி –
பெண்ணு கரஞ்ஞுப்போ
பூவினுப் போயி
காணி விராணாத்தி.

(பெண் குழந்தை அழுதபோது அவளுக்குப் பூப்பறிக்கப் போனேன். ஆண் குழந்தை அழுதபோது இசைப்பதற்கு குழல் கொண்டுவரப் போனேன்.)

டீச்சரின் வீட்டில் சற்று நீண்டகாலம் குழந்தையைப் பார்த்துக்கொண்டிருந்தேன். வெள்ளமுண்ட ஸ்கூலில் மத்தியானம் மணி அடிக்கும் ஓசை கேட்கும். மத்தியான நேரத்தில் டீச்சரின் வீட்டின் அருகிலுள்ள சரிவில் நின்றால் குழந்தைகளின் கூக்குரலும் இரைச்சலும் கேட்கலாம். மாலை வேளைகளிலும் கேட்கும். ஸ்கூலை நான் பார்த்ததில்லை. இவ்வளவு பிள்ளைகள் இருக்க வேண்டுமானால் அது டீச்சரின் வீட்டிலுள்ள அறைகளைவிட மிகப் பெரிதாக இருக்க வேண்டும் என்று நினைத்துக்கொள்வேன். சில நாட்கள் டீச்சர் வரும்போது ஸ்கூலில் இருந்து உப்புமா கொண்டு வருவாள். நல்ல மணம் வீசும். அப்படி மணமுள்ள டின்களும் டீச்சர் கொண்டுவருவாள். எண்ணெயோ நெய்யோ தெரியாது. பெரிய காற்றும் மழையும் வரும்போது இந்தப் பிள்ளைகள் எப்படி ஸ்கூலில் இருப்பார்கள் என்று நினைத்துக்கொள்வேன். எங்கள் குடிசையில் இருப்பது போல் பிள்ளைகள் எல்லோரும் ஒன்றாக உட்கார்ந்து குளிர் காய்வார்களா என்று நினைத்துக் கொள்வேன். அப்போது அவர்களு டைய மணம் எப்படி இருக்கும்? உப்புமாவின் மணமாக இருக்குமோ? எனக்கு ஸ்கூலுக்குப் போக வேண் டும் என்ற ஆசை அதிகமாக இருந்தது.

எங்கள் இனத்தைச் சேர்ந்த இரண்டு மூன்று பெண் பிள்ளைகள் வேறு டீச்சர்மாரின் குழந்தைகளைக் கவனித்துக்கொண்டிருந்தனர். அவர் களுடைய அம்மாக்கள் அவ்வப் போது வந்து பணத்தை வாங்கிக் கொண்டு போவார்கள். என் அம்மா வரும்போது குடிசையின் மணமும்

வரும். எனக்கு டீச்சரின் வீடும் குழந்தையும் ரொம்பவே பிடித்திருந்தன. அதனால் அம்மா என்னைக் குடிசைக்குக் கூட்டிக்கொண்டு போகவில்லை. இங்கேயே நிறுத்திவிட்டாள். இரண்டு மூன்று வருஷம் வெள்ளமுண்டயில் இருந்தேன். அப்புறம் மேரிக்குட்டி டீச்சருக்கு இடமாற்றம் கிடைத்துப் போகும்போது அம்மா என்னைச் சேக்கோட்டுக்கு அழைத்து வந்துவிட்டாள். டீச்சர் எங்கே போனாள் என்று தெரிய வில்லை.

வெள்ளமுண்டயிலிருந்து திரும்பி வந்து வயல் வேலைக்குத்தான் போய்க்கொண்டிருந்தேன். திருசிலேரியில் பண்ணையாரிடம்தான் எனக்கு வேலை. வேலைக்குப் போகாத நாட்களில் எங்கள் நிலத்திலேயே வேலைசெய்தேன். எங்கள் இடத்தைச் சுற்றிப் பெரிய குன்றுகள் இருந்தன. பெரிய காடும் இருந்தது.

சில மலைகளை ஏறிக் கடந்தால் குடகை அடையலாம். குடகு எங்கள் இடத்துக்குப் பக்கத்தில்தான் என்பார்கள்.

வயலில் வேலைக்குப் போனால் பண்ணையாரின் ஆட்கள் சொல்கிற எல்லா வேலைகளையும் செய்யவேண்டும். எங்களுக்கு வேலை தருவதற்குப் பண்ணையார் மட்டும்தான் இருக்கிறார். எனவே எங்கள் ஆட்கள் எப்போதும் பயத்துட னேயே நாட்களை கழித்தார்கள். பண்ணையாரைத் தொடர்ந்து கட்சி ஆட்கள் வருவார்கள். வயலில் வேலை செய்யும்போது பாட்டுப் பாடுவதில்லை. எங்கள் அடியார் சமுதாயப் பெண்கள் வேலை செய்யும்போது வாயில் புகை யிலையை அடக்கிக்கொள்வார்கள். வயலில் வேலை செய் யும்போது மத்தியானம் கஞ்சி கிடைக்கும். எங்கள் சமுதாய ஆட்கள்தான் கஞ்சி வைப்பார்கள். அதற்கு உப்பும் மிளகும் கிடைக்கும். தரையில் குழிதோண்டி கமுகுப் பட் டையை வைத்து அதில் கஞ்சியை ஊற்றுவார்கள். அதைக் கஞ்சி என்று சொல்ல முடியாது. தண்ணீர்தான் அதிகமாயிருக்கும். சில சமயம் கீரைக் கறியோ பலாக் கறியோ இருக்கும். மழை வந்தாலும் காற்ற டித்தாலும் வயலில் நின்றே நனை வோம். நனைந்த சேலையைக் காயப் போடக்கூட முடியாது. நிறைய பேருக்கு மாற்றுச் சேலையே இருக் காது. மழைக் காலத்தில்தான் வய லில் அதிகமாக வேலை இருக்கும்.

அந்தச் சமயங்களில் எங்கள் ஆட்களிடம் சேற்றின் மணம் வீசும். இரவிலும் பகலிலும் மண்ணுக்கு ஒவ்வொரு சமயத்தில் ஒவ்வொரு மணம் உண்டு. மழைக்காலத்தில், வெயில்காலத் தில், பனிக்காலத்தில் என்று. மண்ணில் சரியாக வேலைசெய் தால்தான் அந்த மணம் வரும். சும்மா கிடக்கிற பூமி காற்று வீசாத மரம்போலத்தான்.

எங்கள் ஆட்கள் வயலில் வேலை செய்யும்போது வரப்பில் நின்று ஓர் ஆள் கவனித்துக்கொண்டிருப்பான். கையில்லாத சட்டை போட்ட ஆள். பார்க்கப் பயமாயி ருக்கும். எனக்கு அப்போது எதற்கும் பயம்தான். எங்கள் ஆட்களின் முதுகு இவ்வளவு வளைந்து இருப்பது தலைமுறை தலைமுறையாக இப்படிப் பயந்து பயந்து வாழ்ந்ததனால்தான் என்று தோன்றும். எங்கள் ஆட்கள் பேசும்போது முகத்தைப் பார்க்காமல் பேசுவதும் இந்த பயத்தினால்தான். ஆண்களும் பெண்களும் சேர்ந்துதான் வயலில் நாற்று நடுவார்கள். பெண்கள் மாடுகளை ஏரில் பூட்டி உழுவதும் உண்டு. மாடுகள் இல்லாவிட்டால் பெண்களே நுகத்தை இழுத்துச் செல்வார்கள். அதை இழுத்துச் செல்லும்போது கால்கள் சேற்றில் புதைந்துகொள்ளும். மீண்டும் சேற்றிலிருந்து காலை விடுவித்து நடப்பது சிரமமாயிருக்கும். கால்கள் பாதாளத்துக் குள் போவது போலத் தோன்றும். நல்ல மழை பெய்யும்போது கழுகுப் பட்டையைத் தலையில் தொப்பிபோல வைத்துக் கொள்வோம். அதன் நீண்ட முனையிலிருந்து மழை நீர் சொட்டுவதைப் பார்த்துக்கொண்டே நுகத்தை இழுத்தால் பசி தெரியாது.

நாற்று நடும் சமயங்களில் வயலில் இருந்தும் கரையில் இருந்தும் பெரிய தவளைகள் கத்திக் கொண்டிருக்கும். அந்த சத்தம் காதில் அதிகரித்து அதிகரித்துக் கேட்கும். இத்தனைத் தவளைகள் வயலில் எங்கே ஒளிந்திருக்கின்றன என்று தோன்றும். அவை மழைக் காலம் மாறிவிட்டால் உறங்கப் போய்விடுமோ என்று நினைப்பேன். செத்துப்போய்விடுமோ என்றும் தோன்றும்.

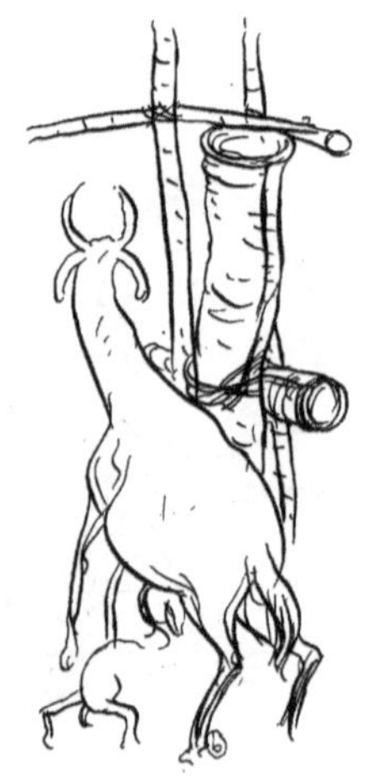

மழைக்காலத்தில் வேலைக்குப் போனால் வயல் முழுவதிலும் நாற்று நட்ட பின்னரே கரையேற முடியும். இருட்டத் தொடங்கிவிடும் குடிசையை அடையும்போது.

குடிசைக்குப் போனாலும் உடனே படுத்துத் தூங்க முடியாது. அவ்வளவு குளிரும் பசியும் இருக்கும். அடுப்பில் நெருப்புப் பற்ற வைக்க முடியாது. பலாவோ தினையோ எது கிடைக் கிறதோ அதைச் சமைத்துத் தின்போம். சிறிய குழந்தைகள் அதுகூட இல்லாமல் தூங்குவார்கள். வெளிச்சம் இல்லாத தால் ஒருவர் முகத்தை ஒருவர் பார்க்கவும் முடியாது. பசிக்கும்போது எல்லோர் முகமும் ஒரே மாதிரி இருக்கும்.

வயலில் வேலைக்குப் போகும்போது எங்கள் கூலியை அம்மாதான் வாங்கிக்கொள்வாள். தினசரி கூலியா, மொத்த மாக வாங்குவாளா என்பதும் தெரியாது. என்னுடைய சிறு வயதில் எங்கள் அப்பா வேறொரு குடிசையில் வசித்தார், இன்னொரு கல்யாணம் செய்துகொண்டு. அப்பா இருந்தா லும் அம்மா இருந்தாலும் எல்லாம் ஒன்றுதான். எல்லோரும் பகல் பூரா உழைத்தாலும் பசியைத் தீர்க்க முடியாது. மழை விட்டால் காட்டுக்குச் சென்று எதையாவது தின்போம்.

சிறு வயதில், எங்கள் ஆட்களுக்குப் பண்ணையாரை மட்டுமே தெரியும். அடியார் சமுதாயத்தினர் ஒரு வாரியாரி டம் வேலை பார்த்து வந்தனர். கிருஷ்ணன்குட்டி வாரியாரோ கோவிந்தன்குட்டி வாரியாரோ என்னவோ ஒரு பெயர். அவர் ரொம்ப காலத்துக்கு முன்பிருந்தே அங்கே இருக்கிறார். நான் வயலில் வேலை செய்யும்போது அவர் அங்கெல்லாம் வரமாட்டார். அவருடைய ஆள்தான் வருவான். விதைத்து, முளைவிட்டு, நாற்று வளர்த்து, வயலை உழுது, நாற்று நட்டு, களை பறித்து, நீர் பாய்ச்சி, ஏறுமாடத்தில் காவல் இருந்து, நெல் பயிரை அறுத்து, கட்டி, பண்ணையாரின் களத்தில் கொண்டு சென்று சூடடித்து, நெல்லை அம்பார மாகக் குவித்த பிறகுதான் பண்ணையார் வருவார். மற்ற

சமயங்களில் பண்ணையாரின் ஆள் தான் இருப்பான். வாரியார் அல்லா மல் சில ஐயர்மார்களும் இருந்தனர். அங்குள்ள குன்றும் மலையும் தோட் டமும் வயலும் எல்லாம் அவர்களு டையதுதான். எங்கள் அப்பன் பாட்டன்மார்கள் காட்டை வெட்டி, நிலம் திருத்தி, புதர்களை நெருப் பிட்டு அழித்து வயல்களாக்கின போது இவர்கள் வந்து கைவசப் படுத்திக்கொள்வார்கள். இப்படி எங்கள் இடங்கள் பலவும் அவர்களு டையதாயிற்று. அறுவடை முடிந்த பிறகு கூலியாக நெல் கிடைக்கும்.

சாணமிட்டு மெழுகிய தரையில் நெல்லைக் குவித்து வைப்பது பார்க்க அழகாயிருக்கும். அந்தச் சமயங்களில் இரவிலும் வேலை செய்யவேண்டிவரும். கூலி நெல்லை அளப்பதற்கு மூங்கிலால் செய்த ஓர் அளவை உண்டு. சில சமயம் நெல்லை அவர்களிடமே கொடுத்துவிட்டுப் பணமாக வாங்கிக்கொள்வோம். அந்தச் சமயத்தில் பண்ணையாரைப் பார்ப்பதற்கே பயமாயிருக்கும். இரவு நேரத்தில் கிடைத்த கூலிநெல்லுடன், அறுவடை முடிந்த வயல்களின் வரப்புகளில் நடந்து குடிசைக்கு வந்தது நினைவிருக்கிறது. அப்போதெல் லாம் நல்ல நிலா இருக்கும். மலைப் பகுதிகளிலிருந்து குழலோசையும் உடுக்கொலியும் கேட்டுக்கொண்டிருக்கும். என்றாலும் நாங்கள் அதிகக் கஷ்டத்தைத்தான் அனுபவித் தோம். கூலியைக் குறைத்ததற்காகக் குரலெழுப்பும் வழக்கம் எங்களிடம் இல்லை. மற்ற சமுதாயத்தினரிடமும் இல்லை. எங்கள் ஆட்களுக்கு வயலையும் காட்டையும் விட்டுத் தூர இடங்களுக்குப் போகிற வழக்கமும் இல்லை.

வயலில் அறுவடை முடிந்துவிட்டால் கொஞ்ச நாளைக்கு வேலையொன்றும் இருக்காது. எங்களில் சில பெரியவர்கள் காட்டுக்கும் வேறு சிலர் பக்கத்து இடங்களுக் கும் சும்மா போவார்கள். சில நாட்களுக்கு எங்களைப் போன்ற குழந்தைகளுக்கெல்லாம் வயிறு நிறையத் தின்பதற்குக் கிடைக்கும். எங்கள் சமுதாயத்தில் சில சடங்குகள் எல்லாம் அப்போதுதான் நடத்தப்படும். பதினொன்று பன்னிரண்டு வயதில்தான் நான் வள்ளியூர்க்காவு திருவிழாவுக்குப் போனேன். அப்போது அறுவடை முடிந்த கோடை காலம். திரிசிலேரியிலிருந்து வள்ளியூர்காவுக்குச் சற்று அதிக தூரம் நடக்க வேண்டியிருந்தது. எங்கள் சமுதாய ஆட்கள் எல்லாரும் ஒரு மாலைப்பொழுதில் ஒன்றாகப் புறப்பட்டோம். ஒரு பெரிய கூட்டம். நிறைய தூரம் நடந்தாலும் சந்தோஷ மாயிருந்தது. நிலா அடிக்கும் குளிர்ந்த இரவு அது.

திருநெல்லி திருவிழாவுக்கும் போனோம். முண்டவாடிக்குப் பக் கத்தில் கடம்பாடி என்கிற இடத்தி லும் உற்சவம் நடைபெறும். பலவித காட்சிகளையெல்லாம் பார்த்துக் கொண்டே நடப்போம். ஸ்பீக்கர் வழி ஒலிக்கும் பாட்டுக்களை அப்போது தான் கேட்கிறேன். எல்லோரும் கூடி எங்காவது ஓரிடத்தில் இருந்து

கொண்டு ஸ்பீக்கரில் வரும் பாட்டுக்களைக் கேட்போம். தரையில் உட்கார மாட்டோம். குத்தவைத்துத்தான் இருப் போம். எல்லோருமே அப்படித்தான். அதுதான் வழக்கம். காலால் மிதித்துச் சுற்றவைக்கிற ராட்டினத்தை வேடிக்கை பார்த்து நிற்போம். அது சுற்றுவதைப் பார்க்க நன்றாக இருந் தது. அதன் கரகர ஒலியைக் கேட்டபோது ராட்டினத்தில் ஏறவேண்டும் என்று ஆசையாயிருந்தது. நான் ஏறியதில்லை. வயதானவர்கள் புகையிலை வாங்கித் தின்பார்கள். பொரி வாங்குவார்கள். அதற்குக் கொஞ்சம் பைசா போதும். திருவிழா விற்கு எல்லாவிதமான ஆட்களும் கூடுவார்கள். மற்ற சமுதாய ஆட்களின் கூட்டத்தில் நாங்கள் அதிகமாகச் சேர்ந்துகொள்வ தில்லை.

துணியால் மறைத்து மாயாஜாலம் காட்டும் இடத்தை எட்டிப் பார்க்கவேண்டும் என்று தோன்றும். மாஜிக் பார்க்க வேண்டும் என்றும் ரொம்ப ஆசை. பெண்ணின் தலையும் மீனின் உடம்பும் உள்ள உருவம் தண்ணீரிலிருந்து எழுந்து வருவதுபோல வரைந்து வைத்திருப்பார்கள். சேற்றில் மீன் பிடிக்கும்போது அந்தப் படம் ஞாபகத்திற்கு வரும். தொப்பி வைத்த ஒரு ஆள் கையில் ஒரு தடியுடன் நிற்கிற படமும் இருந்தது. ராட்டினத்தில் ஏறவும் மாயாஜாலம் பார்க்கவும் எவ்வளவு காசு வேண்டுமென்று தெரியாது. எங்கள் ஆட்கள் சந்தை வழியே கூட்டமாக சும்மா நடந்து திரிவார்கள். தலை யில் வைக்கிற பளபளக்கும் பட்டுப் பூச்சி ஸ்லைடும் கிளிப்பு களும் வாங்குவார்கள். கண்ணாடி வளையல்களும் வாங்கு வார்கள். கடைக்காரர் வளையல்களைக் கையில் போட்டுவிடு வார். அவருக்கு கையைத் தொட்டு வளையல் போட்டுவிடு வதில சிரமம் ஏதும் இருப்பதாகத் தெரியவில்லை. திருவிழா

முடிந்து மீண்டும் வேலைக்குப் போகும்போது வளையல்கள் எல் லாம் உடைந்து போகும். அடுத்த ஆண்டு திருவிழா வரும்போது வளை யல் வாங்கவேண்டும் என்று காத்தி ருப்போம். சீக்கிரம் உடைந்துபோகும் என்றாலும் திருவிழாவில் கண்ணாடி வளையல்கள்தான் வாங்குவோம். பாசி மாலைகளும் வாங்குவோம். சாந்துப் பொட்டு, கண்மை எல்லாம் வாங்குவோம். அதற்குக் கொஞ்சம் பைசா போதும்.

ஒருவன் சைக்கிள் ஓட்டிக் கொண்டிருந்தான். அவன் சில நாட்

களாக சைக்கிளிலிருந்து இறங்காமலே ஓட்டிக் கொண்டிருக் கிறாள். தரையில் கால் படாமல் நாட்கணக்கில் ஓட்டிக் கொண்டிருக்கிறான் என்று மைக்கில் சொன்னார்கள். சர்க்கஸ் இருந்தது. இதற்கெல்லாம் பைசா கொடுக்க வேண் டும். மைக்கில் பாட்டு சத்தம் வெகுதூரம்வரை கேட்கும். திரும்பிச் செல்லும்போதும் பாட்டு மலைகளில் பட்டு எதிரொலிக்கும். சந்தையில் பலவித நிறங்களில் தின்பண்டங் கள் இருந்தன. குப்பிகளில் கலர் சேர்த்து நிரப்பிய இனிப்புத் தண்ணீர் இருந்தது. நாங்கள் அதொன்றும் வாங்கவில்லை. அதற்கெல்லாம் பைசா இருக்காது.

துணி வியாபாரிகள் இருப்பார்கள். பெரிய பெரிய வட்ட வட்டப் புள்ளிகள் உள்ள பாவாடைத் துணியும் சேலை களும் இருக்கும். எங்கள் பெண்கள் சேலை வாங்குவார்கள். நாங்கள் சின்ன வயசில் வியாபாரிகளின் அருகே சென்று புதிய துணிகளை முகர்ந்து பார்ப்போம். அந்த மணம் அடுத்த திருவிழா வரை நினைவில் இருக்கும். சினிமாக்காரர் களின் படங்கள் சின்ன சைசில் இருக்கும். ரூபாய் நோட்டு களின் படங்களும் பெரிதாக அச்சடித்து வைத்திருக்கும். நாம் ஐந்து பைசா கொடுத்து ஒரு சீட்டு எடுத்தால் ஜோக்க ரின் படம் வரும். எல்லா சீட்டுகளிலும் ஜோக்கரின் படம் தானா என்று நினைப்போம்.

தலையைச் சுற்றி அம்புகள் தைத்ததுபோன்ற தெய்வங் களின் காலண்டர்களும் இருக்கும். தாமரை மேல் நின்றபடி கையிலிருந்து பைசாக்களைக் கொட்டுகிற ஒரு தேவியின் படத்தை எங்கள் ஆட்கள் வாங்குவார்கள். கறுப்பு கண்ணாடி யும் தொப்பியும் அணிந்த ஒருவரின் படமும் இருக்கும். அந்தப் படத்தில் அவர் கும்பிட்ட படி இருப்பார். நல்ல கோட்டு போன்ற உடுப்பு எல்லாம் அணிந்து கொண்டு இப்படி வணங்கியபடி இருப்பவர் நமது சமுதாயத்தைச் சேர்ந்த ஆளாயிருப்பார் என்று நினைத்திருந்தேன். சட்டையில் பூ குத்தி வைத்திருந்த ஒருவரும், சட் டையில்லாமல் தடியைப் பிடித்துக் கொண்டு நிற்கிற ஒருவரும் வண்ணப் படங்களில் இருந்தனர். பைசா கொடுத்து ஒரு பெட்டியின் வழி ஒற்றைக் கண்ணால் பார்த்தால் நரி, புலி, அருவி, மலை, பெரிய வீடுகள் எல்லாம் காட்டுவார்கள். அதை

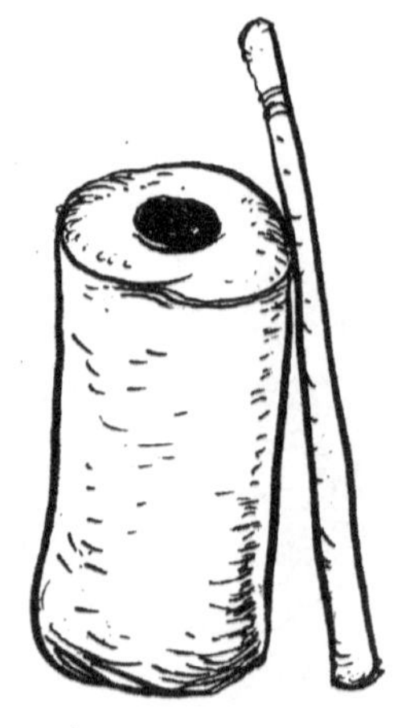

சினிமா என்றார்கள். சினிமாக்காரர்களின் படங்களும் இருப்பதாகச் சொன்னார்கள். நான் பார்த்ததில்லை.

இரவு வரும்வரை நாங்கள் திருவிழா நடக்குமிடத்தில் சுற்றிக்கொண்டிருப்போம். எங்கள் ஆட்கள் வழிதவறிப் போய்விடாமல் பார்த்துக்கொள்வோம். பசிக்கும்போது பொரி வாங்கித் தின்போம். துவரையை வறுத்துக் கொண்டு போவோம். அதையும் தின்போம். வள்ளியூர்க்காவின் இறக்கத் தில் ஒரு நதி. அங்கே போவோம். இரவில் வயல் வெளியில் எங்காவது படுத்துக் கொள்வோம். எல்லோரும் கூட்டமாகக் கிடப்போம். திருவிழாவின் சத்தம் கேட்டுக் கொண்டேயிருக் கும். நிலவையும் ஆகாயத்தையும் படுத்துக்கிடந்தபடியே பார்த்துக் கொண்டிருப்போம். வள்ளியூர்க்காவில் எங்கள் ஆட்கள்தான் எல்லாம் நடத்தி வந்தார்கள். அப்புறம் வெளி வேலைகளுக்குச் சென்றுவிட்டார்கள். அப்புறம் அப்புறம் எப்போதோ அதெல்லாம் இல்லாமலாகிவிட்டது.

எங்கள் வீட்டில் ஐந்து பிள்ளைகள். அப்பாவைக் கரியன் என்று அழைப்பார்கள். அம்மா வெளுப்பி. அப்பா கட்டிய இரண்டாவது மனைவி கொளும்பி. அப்பா எங்களை விட்டுப் போகும்போது எனக்கு வயது இரண்டு. அப்பாவுக்கு மூப்பன் பதவி இருந்தது. எங்கள் ஆட்கள் யாராவது இறந்தா லும் நோய்வாய்ப் பட்டாலும் கத்திக சடங்கு நடத்த வேண் டும். அது சாவுத் தீட்டுக் காலத்தில் நடைபெறும். நோய் வந்தால் மாரியை அழைத்து நோயைத் தீர்க்கச் செய்வார்கள். அப்பாவுக்கு வைத்தியமும் தெரியும். அப்பா இரண்டாவது கல்யாணம் செய்துகொண்டதும் எங்களைவிட்டு வேறு இடத்துக்குப் போய்விட்டார். அம்மா எங்களையும் வைத்துக் கொண்டு ரொம்ப சிரமப்பட்டாள்.

எங்களுக்கு இந்துக்களைப் போல் தேவர்களோ தேவிகளோ இல்லை. காலண்டர் படங்களில் காணப்படும் வெள்ளை வெளே ரென்ற கடவுள்களையும் தேவிகளை யும் எங்கள் கூட்டத்திலோ வழக்கத் திலோ கேள்விப்பட்டதில்லை. எனது சிறு வயதில் திருசிலேரியில் குடிசைக்கு அருகே ஒரு பெரிய மரம் இருந்தது. ஒரு பெரிய கல்லும் இருந்தது. அதற்கு நாங்கள் பூசை நடத்துவோம். அதில்தான் எங்கள் அப்பன் பாட்டன்மார்களை குடி வைத்திருக்கிறோம். ஆண்டுக்கொரு

முறை அவர்களை வழிபடுவோம். அப்போது ஆசாரமான சில சடங்குகள் நடைபெறும். மரங்களிலிருந்து இலைகள் உதிரும் காலம் அது. மரத்தைச் சுற்றிக் காடுவெட்டிச் சுத்த மாக்குவோம். ஆண்கள் காட்டுக்குள் சென்று தேன் கொண்டு வருவார்கள். எங்கள் வயலில் விளைந்த தினை, துவரை போன்றவற்றைக் கொண்டு வந்து அடுப்பு மூட்டிச் சமைப் போம். இரவில் ஆண்கள் உடுக்கடிப்பார்கள். குழல் ஊதுவார் கள். கிழக்கே குடகிலிருந்து குளிர்ந்த காற்று வீசும். நிலாவில் காட்டையும் வானத்தையும் பார்த்துக் கொண்டிருப்போம். அதன் பிறகு சில நாட்கள் குழந்தைகள் உடுக்கடித்துக் குழல் ஊதுவதுதான் விளையாட்டாக இருக்கும். நாங்களும் குழல் செய்வதற்காக மூங்கில் பறிக்க காட்டுக்குப் போவோம். அதை வாயில்வைத்து ஊதினால் நல்ல பாட்டு வரும். காட்டு நீரோடையின் ஓசையைவிட இனிமையாக இருக்கும்.

எங்கள் சமுதாயத்தில் பெண் குழந்தைகள் வயதுக்கு வந்தால் சில சடங்குகள் நடத்துவோம். மூன்று நாட்கள் வெளியே வரக் கூடாது. ஆட்கள் யாரையும் பார்க்காமல் குடிசைக்குள்ளேயே இருக்க வேண்டும். பிறகு வயதான பெண்களும் கிழவர்களும் வந்து சில சடங்குகள் நடத்துவார் கள். முத்தரிசி கஞ்சி வைப்பார்கள். வாய்க்காலில் சென்று குளித்துவிட்டு வரும்போது புதிய சேலை உடுக்கவேண்டும். புதிதாக ஒன்றும் இருக்காது. துவைத்து உலர்த்திய பழைய துணிதான். அது மரத்தின் இலைகள் விழுந்து குளிராயிருக்கும் சமயம். கருவேல மரத்தின் சிவந்த பூக்கள் விரிந்து வரும் சமயம். உடம்பு வறண்டு போகச் செய்கிற காற்றடிக்கும் சமயம்.

எனக்கு சிறுவயதில் ஒரு கூட்டாளி இருந்தாள். அம்மிணி என்று பெயர். என் அம்மாவும் அவள் அம்மாவும் சினேகிதிகள். அம்மிணி என்னைவிட மூத்தவள். அம்மிணியுடன் நாள் எல்லாம் பேசிக்கொண்டிருப்பேன்.

எனக்குப் பதினாறு பதினேழு வயதாகும்போது சேக்கோட்டுக்கு அறிவொளி இயக்க ஆட்கள் வந்த னர். 'கான்ஃபெடா'யிருந்து (KANFED - Kerala Association for Non Formal Education and Development.) ஒரு வாரியார் பெண்மணி. அச்சம யத்தில் நான் கூலிவேலைக்குப்

போய்க் கொண்டிருந்தேன். வேலைக்குப் போய்விட்டு இரவு வந்த பிறகுதான் படிப்பு. ஒரு குடிசையின் முற்றத்தில் எல்லோரும் கூடி இருந்து படிக்க ஆரம்பித்தோம். பத்துப் பன்னிரண்டுபேர் இருந்தோம். வாரியார் பெண்மணி இரண்டு நாட்கள் வந்தால் அப்புறம் கொஞ்ச நாட்கள் வர மாட்டார். அவர் தன் கையிலுள்ள நோட்டுப் புத்தகத்தில் குறித்துவிட்டு அலவன்ஸ் மட்டும் வாங்கிக் கொண்டிருந்தார். எங்கள் ஆட்களுக்கு எழுதப் படிக்கச் சொல்லித் தருவதில் அவ்வளவு ஆர்வம் காட்டவில்லை. இந்த ரீதியில் இடைக் கிடையே ஒரு வருடம் வந்தார். நாங்கள் பெண்கள் தான் அதிகம்பேர் படிக்கப் போனோம். ஆண் பிள்ளைகளுக்கு இதிலொன்றும் அக்கறை இல்லை. வாரியார் பெண்மணி வருவதை நிறுத்தியதும் நாங்களும் படிப்பை நிறுத்திவிட் டோம். ஒருத்தரும் எதுவும் கற்றுக்கொள்ளவில்லை. எனக்குப் படிக்கவேண்டும் என்று ஆசையாயிருந்தது. ஆனால் என் தோழி அம்மிணிக்குப் படிப்பில் விருப்பம் இல்லை. எங்கள் கான்ஃபெட் படிப்பில் சிறிய பெரிய பெண்கள் இருந்தனர். இரவு வேலை முடித்து வந்தால் இப்படி முற்றத்தில் உட்காரு வதற்கு யாரும் கிடைக்கவில்லை. இப்படியாக அது நின்றுவிட்டது.

இந்த சமயத்தில் நான் வல்லி என்ற இடத்தில் ஓர் அய்யரிடம்தான் வேலை பார்த்தேன். அங்கே கட்சி ஆட்கள் வருவார்கள் – விவசாய சங்கம் என்று சொல்லிக்கொண்டு. எனக்கு அதில் கொஞ்சம் அதிகமாக இஷ்டம் இருந்தது. நான் வசிக்கும் இடத்துக்கும் அவர்கள் வருவார்கள். எங்கள் ஆட்களுக்கு அதிகக் கூலி கிடைப்பதற்கான ஒன்று என்று கட்சியைப் பற்றிச் சொல்லியிருந்தார்கள். எங்கள் பகுதியி

லிருந்து கட்சியின் நடவடிக்கைகளுக் கும் ஊர்வலங்களுக்கும் ஆட்களை அழைத்துப் போனார்கள். ஆண்களை யும் பெண்களையும் கூட்டமாக.

எங்கள் கூட்டத்தில் அம்மிணி யும் இருந்தாள். அறிவொளி இயக் கத்திற்கு அவள் சில நாட்கள் வந்து கொண்டிருந்தாள். வந்தால் இரவில் எங்கள் குடிசையில் தங்குவாள். அவள் அதிகமாகப் பேசுவதில்லை. சும்மா உம் கொட்டியபடி கேட்டுக் கொண்டிருப்பாள். நாங்கள் பிளவுஸ் எல்லாம் அணியத் தொடங்கிய பிறகுகூட அம்மிணி அது எதுவுமில்

லாமல் பழைய மாதிரியே இருந்தாள். எங்கள் வழக்கப்படி சேலை உடுப்பாள். கையிலும் கழுத்திலும் நிறைய கறுப்புச் சரடும் கல் மாலையும் ரப்பர் வளையலும் அணிவாள். சேலையின் இடுப்பு கொசுவத்தில் எப்போதும் எதையாவது முடிந்து வைத்திருப்பாள். விதைப்பதற்கான வித்தோ, காட்டுக் கிழங்கோ, வறுத்த துவரையோ இப்படி ஏதாவது. பண்ணை யாரிடம் வேலை இல்லாவிட்டால் நாங்கள் காட்டுக்குப் போவோம். விறகு வெட்டிக் கொண்டு வருவோம். இல்லா விட்டால் சும்மாவாவது காட்டில் நடந்து திரிவோம். அம்மிணியின் இடுப்பில் சீவுவதற்கான கத்தி எப்போதும் இருக்கும். நானும் அவளும் ரொம்ப நெருக்கம். எங்கள் சமுதாயத்தில் பெண்கள் ஒருவருக்கொருவர் நல்ல சினேக மாக இருப்போம். அப்படி ஒரு வழக்கம். நான் எழுத்துக் கற்றுக் கொள்வதில் அம்மிணிக்கு மகிழ்ச்சியாயிருந்தது.

அம்மிணிக்குக் கதைகள் இட்டுக்கட்டிச் சொல்வதில் மிகவும் விருப்பம். காட்டில் வயல் நிலம் எரித்தபோது பாய்ந்து வந்த நரியை அவளுடைய பெரியப்பா அடித்துக் கொன்றதும், பாறை இடிந்து விழுந்த ஒரு மழைநாளில் ஆட்களுக்கு ஆபத்து வராதபடி காப்பாற்றியதும் பற்றிச் சொல்லுவாள். எல்லாம் கட்டுக் கதைகள்தான். நாங்கள் எழுதப் படிக்கக் கற்றுக் கொண்டால் கதைகள் சொல்ல முடியுமே என்பாள். அம்மிணிக்குக் கதை கேட்கவும் ஆசை. அவளுக்குக் காட்டைப்பற்றிக் கற்றுக்கொள்வதில்தான் விருப்பம். காட்டிலுள்ள எல்லா மரங்களையும் அவளுக்குத் தெரியும். புதர்களிலுள்ள சிறிய செடி கொடிகள், பச்சிலைகள் பற்றியெல்லாம் தெரியும். பாம்பு கடித்துவிட்டால் அதற்கான மருந்தும் தெரியும். காட்டுக்குள்ளே போகும்போது சத்தங்

களைக் கேட்டே பறவைகளின் பெய
ரைச் சொல்லிவிடுவாள். காட்டில்
திசைகளை சொல்லுவாள். அம்மிணி
யானையின் நெடியைச் சட்டென்று
கண்டுபிடித்துச் சொல்லிவிடுவாள்.
காட்டைப் பற்றி எல்லாம் தெரியும்.
மழை பெய்யப் போவதையும்,
கோடை வருவதையும், பனிவிழப்
போவதையும் அவள் முன்கூட்டியே
சொல்லிவிடுவாள். எழுதப் படிக்கத்
தான் அவளுக்கு விருப்பமில்லை.
ஆனால் என்னைப் படிக்கச் சொல்
லுவாள். வேலைக்குப் போகும்போது
வழியில் ஏதாவது காகிதம் கிடந்தால்
அதை எடுத்துக் கொண்டுவந்து

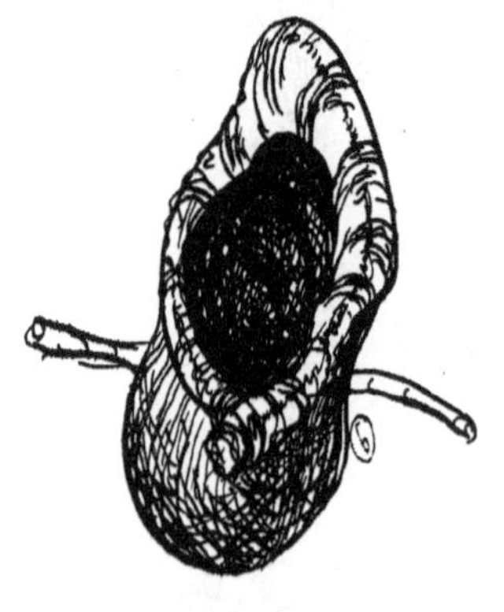

என்னிடம் தருவாள். அதைப் படிக்கும்படி சொல்லுவாள். கான்ஃபெடின் போது நான் சில எழுத்துக்களைக் கற்றிருந்தேன்.

வாரியார் பெண்மணி அலவன்ஸ் வாங்குவதற்காக மட்டுமே எங்களுக்குக் கற்றுக் கொடுக்க வந்தாள். அப்புறம் எப்போதாவது வந்து ஏதாவது நிகழ்ச்சிகள் நடத்துவாள். ஓடுதல், தாண்டுதல் போன்ற பந்தயங்கள். அவ்வளவுதான். மழைக்காலம் தொடங்கிவிட்டால் அதுவும் இல்லை. சேற்றி லும் சகதியிலும் வேலை செய்தபிறகு படிப்பதற்கு விளக்கை ஏற்றத் தோன்றாது. இருட்டில் எதையாவது தின்றுவிட்டுப் படுக்கத்தான் தோன்றும். காலையில் வேலைக்குப் போக வேண்டும் என்பதால் நள்ளிரவுக்கு முன்பே தூங்கிவிடு வோம். இருட்டில் சுவர்க்கோழியின் சத்தம் அதிகமாகக் கேட்கும். அப்புறம் வாரியார் பெண்மணி வரவேயில்லை.

என் தங்கை மூன்றாவது வகுப்புவரை மானந்தவாடி யில் தங்கிப் படித்திருக்கிறாள். அவள் படித்த இரண்டு மூன்று புஸ்தகங்கள் எங்கள் குடிசையில் இருந்தன. காகிதங் கள் கிழிந்து போயிருந்தாலும் சில மீதியிருந்தன. தினசரி அதை எடுத்துப் பார்ப்பேன். பார்த்துப் பார்த்து கொஞ்சம் படிக்கவும் கற்றுக்கொண்டேன். பயிருக்கு உரம் இடுவது பற்றி ஒரு பாடம் இருந்தது. ரசாயன உரம் என்றெல்லாம் சொல்லியிருந்தது. இயந்திரத்தைப் பயன்படுத்தி உழுவது பற்றிய படமும், நாற்று நடும் பெண்ணின் படமும் இருந்தன. நாற்று நடுவது பற்றிப் புத்தகத்தில் எதற்கு எழுதவேண்டும் என்று புரியவில்லை. எங்கள் ஆட்களுக்குப் புத்தகத்தைப் பார்க்காமலே நிலத்தை உழுவும், நாற்று நடவும், அறுவடை செய்யவும் தெரியும். புத்தகத்தை வாசித்துக் கற்றுக்

கொண்டிருந்த டீச்சர்களுக்கு இது ஒன்றும் தெரியாமலிருக்கலாம். அத னால்தான் புத்தகத்தில் எழுதுகிறார் கள் என்று அம்மிணி என்னிடம் சொல்லுவாள்.

அறிவொளி இயக்க ஆட்கள் வருவதை நிறுத்திக் கொண்ட பின் ஸாலிடாரிட்டியின் (தன்னார்வ நிறு வனங்களின் பெண்கள் கூட்ட மைப்பு) ஆட்கள் வந்தனர். அவர்கள் வந்ததும் பெண்களையெல்லாம் அழைத்துச் சிறுசிறு குழுக்களாக்கி எழுதப் படிக்கக் கற்றுக் கொடுக்கத் தொடங்கினர். நாங்கள் எழுதவும்

படிக்கவும் தெரிந்துகொள்ள வேண்டும் என்று அவர்கள் விரும்பினர். ஆட்களைத் திரும்பத் திரும்ப அழைத்து இதில் பங்குபெறச்செய்தனர். சிலர் எங்கள் குடிசைகளுக்கும் வேலை பார்க்கும் இடங்களுக்கும் வந்து நாங்கள் படிக்கவேண்டும் என்று வற்புறுத்தினர். எங்கள் இடத்துக்கு மூன்று நான்கு சிம்னி விளக்குகளும், தொங்கவிடும் போர்டும் கொண்டு வந்தனர். ஸ்லேட்டும் குச்சும் சாக்பீஸ¨ம் கொண்டு வந்தனர். சிபி என்று ஒருவர் எங்களுக்குப் படிப்புச் சொல்லித் தந்தார். அவருக்குத்தான் இதில் அதிக அக்கறை இருந்தது. வேலை இல்லாத நாட்களில் அவர் சீக்கிரமாகவே வந்துவிடுவார். எங்கள் குடிசையில் தயாரிக்கும் கஞ்சியையும் பலாக் கறியை யும் சாப்பிடுவார். சிபி எங்களில் ஒருவராகவே இருந்தார். கற்பிக்கும்போது வேறு பல விஷயங்களைப் பற்றியும் சொல் லுவார். காட்டைப் பற்றியும் நாட்டைப் பற்றியும் சிபிக்குத் தெரியும். எங்கள் பட்டினியைப் பற்றியும் குறைந்த கூலியைப் பற்றியும் மற்ற இடங்களைப் பற்றியும் சிபி சொல்லுவார். எங்கள் இனத்தவர் மற்றும் பிற இனத்தவர்களின் பாட்டு, பழக்க வழக்கங்கள் எல்லாம் அவருக்குத் தெரியும். மிகவும் உற்சாகத்தோடு கற்றுத் தருவார். ராத்திரி நீண்ட நேரம் எழுதுவேன். ஸ்லேட்டில்தான் எழுதிப் படிப்பேன். நோட்டில் எழுதவும் புத்தகத்தைப் படிக்கவும் தெரிந்துகொண்டேன். சிபி புற்றுநோய் வந்து செத்துப் போனார்.

கையில் கிடைக்கும் காகிதத்தையெல்லாம் வாசித்துச் சிறிது கற்றுக்கொண்டேன். கடையிலிருந்து சாமான்கள் கட்டி வரும் காகிதங்களையும் படிக்க முயல்வேன். வேலைக்குப் போகிற வழியில் கிடைக்கிற பேப்பர் துண்டுகளை வாசித்துப் பார்ப்பேன். கதை அச்சடிக்கப்பட்ட காகிதம் கிடைத்தால் நன்றாயிருக்கும். வாரமலரின் காகி தங்கள் அங்கிருந்தும் இங்கிருந்தும் கிடைப்பதை எடுத்துக் கதையைப் படித்துப் பார்ப்பேன். மனோரமா வாரப் பதிப்பில் வரும் கதைகளை வாசிக்கத் தொடங்கியது அப்போது தான். அந்தக் கதைகள் எல்லாம் உண்மைதானா என்று தெரியாது. அம்மிணிக்கு கதைப் படிக்கக் கேட்ப தில் மிகவும் விருப்பம். அவள் கேட்ப தற்காகவே நிறைய வாசிக்கத் தொடங்கினேன். எங்கள் பகுதியில் இருந்து கட்சி ஊர்வலத்துக்கு ஆட் கள் போனால் நோட்டீஸ்கள் கொண்டு வருவார்கள். அவற்றையும

வாசிப்பேன். அப்போது நான் விவசாயத் தொழிலாளர் இயக்கத்தில் இருந்தேன். ஆகவே கட்சிக்காரர்கள் எங்கள் பகுதிக்கு வருவார்கள். அரிவாளும் சுத்தியும் கொண்ட படம் எங்கள் குடிசையின் சுவரில் ஒட்டி வைத்திருந்தேன்.

எங்கள் சமுதாயத்தில் கல்யாணத்தின்போது சடங்கு கள் எல்லாம் உண்டு. ஆனால் மற்ற சமுதாயத்தைப் போல் பெரிய அளவில் இராது. அறுவடை முடிந்தபின் நடக்கும். பிள்ளை வீட்டுக்காரர்கள் இரண்டு மூன்றுபேர் பெண்ணின் குடிசைக்கு வந்து பெண்ணைப் பார்ப்பார்கள். அதன் பிறகு பெண் வீட்டுக்காரரும் பிள்ளையின் குடிசைக்குப் போவார்கள். இரண்டு குடும்பத்தாருக்கும் பிடித்துவிட்டால் அடுத்த வருஷம் கல்யாணம் நடக்கும். சில சமயம் அந்த வருஷமே நடப்பதும் உண்டு. ஒரு சேலை வாங்கி பெண் ணுக்குக் கொடுப்பார்கள். பிறகு எல்லோருமாக பையனின் குடிசைக்குப் போவார்கள். இதில் எல்லாம் அவ்வளவு பெரிதாக ஒன்றும் இராது. ஆணும் பெண்ணும் ஒன்றாக இருப்பார்கள். சில சமயம் வேறு குடிசைக்குச் செல்வார்கள். குழந்தைகள் பிறக்கும். பண்ணையாரிடம் வேலைக்குச் செல்வார்கள். குழந்தைகள் மாடுகளை மேய்ப்பார்கள். எல்லாமே இப்படித்தான். பண்ணையாருக்குப் பயந்தும் மற்றவர்களுக்குப் பயந்தும் தலை குனிந்து நடந்து நடந்து கிழடாவார்கள். அப்படிப்பட்ட நடைமுறையில் எனக்குப் பத்து பதினேழு வயசில் அந்த மாதிரி சடங்குகள் நடந்தன. எனது சேக்கோட்டுப் பகுதியில்தான். நான் அது வேண்டாம் என்றுதான் சொன்னேன். எனக்கு அதிலொன்றும் அவ்வள வாக விருப்பம் இருக்கவில்லை. சேக்கோட்டுக் குள்ளன் என்று ஒரு ஆள். நான் அங்கே இருக்கவில்லை. என் சமு தாய ஆண்களோடு நெருங்கிப் பழக

எனக்கு அவ்வளவு இஷ்டமில்லை. அம்மிணிக்கும் அப்படித்தான். அப்புறம் நான் எனது குடிசைக்கு வந்து வேலைக்குப் போகத் தொடங் கினேன். அறிவொளி இயக்கத்தின் படிப்பும் இருந்தது. கூலி வேலைக் கும் போவேன். கட்சியின் விவசாய தொழிலாளர் யூனியனிலும் அதிகப் பங்கு வகித்தேன்.

அடுத்த வருஷம் நன்றாகப் படிக்க முடியும் என்ற நிலை வந்து விட்டது. அடுத்தவருக்குக் கற்பிக்க வும் முடியும் என்ற நம்பிக்கை

வந்ததும் எங்கள் பெண்களுக்கு எழுத்து கற்பிக்கத் தொடங் கினேன். சின்னக் குழந்தைகளும் அதில் இருந்தனர்.

அறிவொளி இயக்க ஆசிரியராக சில காலம் இருந்தேன். விவசாயத் தொழிலாளர் யூனியனிலும் அதிகமாக உழைத் தேன். எழுத்தறிவு இயக்கத்திலிருந்து கொஞ்சம் பணம் கிடைக்கும். வயல் வேலைக்கும் போவேன்.

அறிவொளி இயக்கத்தின்போது சில போட்டிகளும் நடக்கும். நானும் அதில் பங்கு கொள்வேன். பாட்டுப் பாடுதல் போன்றவை. ஒரு கதாபிரசங்கமும் நடத்தியிருக் கிறேன். எழுதித் தந்ததை அப்படியே ஒப்புவித்தேன். அவ்வளவுதான். ஸிபிதான் எழுதித் தந்தார். புரோமித்யூஸின் வெற்றிப் பயணம். நான் கேட்டிராத பெயரும் கதையும் அது. அதை மனப்பாடம் செய்து பேசினேன். அதற்கான பிரசங்கமும் பாட்டும் அதிலேயே இருந்தன. நல்ல உரத்த சப்தத்தில் நான் அதைச் சொல்லி முடித்தேன். அது எந்த மாதிரி கதை என்றுகூட எனக்குத் தெரியாது. நான் அப்போது கட்சி ஊர்வலத்துக்கும் போவேன். கட்சி ஆட்கள் சொல்கிற கோஷங்களை பலத்த குரலில் கத்துவேன். அதன் கதையும் எனக்குத் தெரியாது. இருந்தாலும் பிடித்திருந்தது.

எங்கள் பகுதி ஆட்கள் எல்லோரும் கட்சி நடவடிக்கை களுக்குப் போவார்கள். ஒரு கோவிந்த வாரியார்தான் எங்களிடையே செயல்பட்டு வந்தார். அவருக்கு நிலமும் விவசாயமும் உண்டு. குடிசைகளுக்குப் பக்கமே வருவதில்லை. கட்சி ஊர்வலத்துக்கு ஆட்கள் தேவைப் படும்போது யாரை யாவது சேக்கோட்டுக்கு அனுப்பி வைப்பார். அப்போது நாங்கள் எல்லோரும் போவோம். கூலி உயர்வு சம்பந்தமான போராட்டம் என்று சொல்வார்கள்.
எனக்கு பத்துப் பதினைந்து வயதா யிருக்கும்போதுதான் முதன் முதலில் ஊர்வலத்தில் போனேன். கல்பற்றா என்ற இடத்தில். லாரியில் ஏறிப் போனோம்.

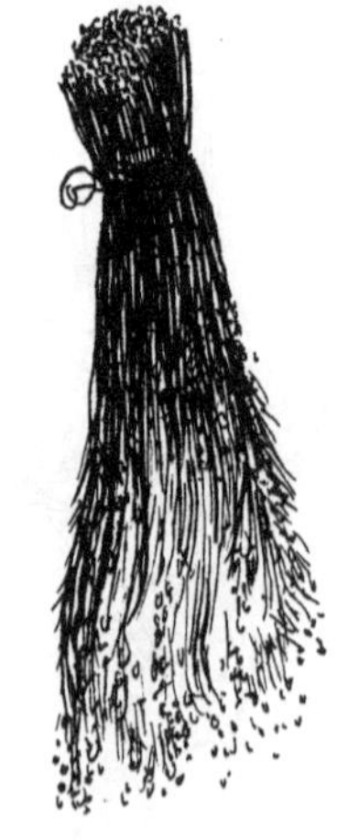

ஊர்வலம் இருக்கிறது என்று இரண்டு நாட்கள் முன்பே சொல்லி விடுவார்கள். வயநாட்டில் மாவட்ட மாநாடு நடைபெற்றது – விவசாயி கள் மாநாடு. அதற்கு முன்பு நான் கல்பற்றா போனதில்லை. எங்கள் ஆண்களுக்கும் பெண்களுக்கும் போகவேண்டும் என்று ஆவல்

இருந்தது. அன்று யாரும் வேலைக்குப் போகவில்லை. மதியத் திற்குப் பின்தான் போனோம். ஒரு பெரிய லாரியில் மூங்கில் கள் கூடைபோல் கட்டப்பட்டு சந்தைக்குக் கொண்டுபோகும் மாடுகள் போல் நின்றோம். லாரியில் செங்கொடிகள் கட்டியி ருந்தனர். ஸ்பீக்கர் இருந்தது. லாரி வேகமாகப் போகும்போது மூங்கில்களை கெட்டியாகப் பிடித்துக் கொள்வோம். ஊர்வ லத்துக்குப் போகும்போது பக்கத்தில் நிற்கிற ஆளைப் பிடித்துக் கொள்ளவேண்டும். கட்சியைப் பலப்படுத்துவது இப்படிப்பட்ட ரீதியில்தான் என்று தோன்றும்.

தாமஸ் என்ற கட்சி ஆள்தான் எங்களுக்கு முழங்க வேண்டிய கோஷங்களைச் சொல்லித் தந்தார். அவற்றை நாங்கள் உரத்த குரலில் முழங்கினோம். கல்பற்றா அடையும் முன்பே நாங்கள் லாரியில் இருந்து இறங்கிக் கூட்டமாக நடந்தோம். எனக்குப் பக்கத்தில் அம்மிணி. வள்ளியூர்க்காவில் திருவிழாவுக்குக் கூடியதுபோல நிறைய ஆட்கள் கூடியிருந் தனர். தாடிக்காரர் ஒருவரின் மிகப் பெரிய படம் வைத்திருந் தார்கள். வழிநெடுக ஸ்பீக்கர் கட்டப்பட்டிருந்தன. நிறையச் செங்கொடிகள் காணப்பட்டன. இளம் தென்னோலைகளைப் பின்னி ஆங்காங்கே கட்டியிருந்தார்கள். எங்கள் சமுதாயப் பெண்களின் படங்களும் வரைந்து வைக்கப்பட்டிருந்தன. மேலாடை இல்லாத பெண்களின் படங்கள். கூட்டமாக கொஞ்ச நேரம் நடந்து மாநாடு நடக்கும் இடத்தை அடைந்து மேடையின் முன்னே தரையில் அமர்ந்தோம். மேடையில் சிவப்புத் துணி விரிக்கப்பட்டிருந்தது. மேஜைமேல் நெல் அளப்பதற்கான பறையும் நெல்லும் இருந்தன. நல்ல செம்புப் பிடி போட்ட பறை. அது போன்ற பறைகளை நான் வேலைக்குச் செல்லும் பண்ணையார்களின் வீடுகளில்

பார்த்திருக்கிறேன். பண்ணையாரும் கட்சியில் இருப்பாரோ என்று நினைத்துக் கொண்டேன். பறை (மரக்கால் போன்ற ஓர் அளவை) நிறைய நெல் நிரப்பி அதன்மேல் தென்னங்குலை சொருகப்பட்டிருந் தது. சம்மேளனத்தில் இதெல்லாம் எதற்கு என்று எனக்குப் புரியவில்லை. அம்மிணிக்கும் தெரியவில்லை.

நிகழ்ச்சி தொடங்கும்போது வயலில் வேலை செய்வது பற்றிய ஒரு பாட்டு இருந்தது. பொன் அரி வாளும் சுத்தியும் வந்தன அதில். கேட்க நன்றாக இருந்தது. எங்கள்

ஆட்களைப் பற்றியும் வேலை கூலியைப் பற்றியும் பேசினார் கள். எங்கள் சமுதாயத்தைச் சேர்ந்த மூதாட்டி ஒருத்தியை மேடைக்கு அழைத்து ஒரு மூட்டையைக் கொடுத்தனர். அதில் என்ன இருந்தது, எதற்காக என்பதெல்லாம் தெரியாது. நாங்கள் நிகழ்ச்சிகள் முழுதும் கேட்டோம். அம்மிணி அங்குமிங்கும் பார்க்காது தலையைக் குனிந்தபடி இருந்தாள். அவளுக்கு எதைப் பார்த்தாலும் பயம்.

மேடைப் பேச்சுக்கள் முடிந்த பிறகுதான் எழுந்தோம். தாமஸ் என்ற ஆள் ஓட்டலில் தோசை வாங்கித் தந்தார். அதன் பிறகு எங்கள் ஆட்கள் அங்குமிங்கும் சற்று நடந்தனர். இருட்டிய பிறகே திரும்பினோம். திரும்பிச் செல்லும்போது கோஷங்கள் முழங்கவில்லை. குடிசையை அடையும்போது நன்றாக இருட்டிவிட்டது. அடுத்த நாள் நல்ல மழை பெய்தது நினைவிருக்கிறது. அன்றைக்கும் நாங்கள் வயலுக்கு வேலைக்குச் சென்றோம்.

திருசிலேரியில் ராகவ வாரியாரிடம்தான் எனக்கு வேலை. காட்டிலும் வேலைக்குப் போனேன். காடு திருத்தல் போன்றவற்றுக்கு பாரஸ்ட்காரரின் பணியும் எங்கள் ஆள்கள் செய்வார்கள். ஆண்டில் சில நாட்கள் மட்டும். காட்டை நல்ல நிலையில் வைப்பதற்கான வேலைகள். எங்கள் ஆட் களில் சிலபேர் ஆண்களும் பெண்களும் அந்த வேலைக்குப் போவார்கள். அண்ணன்மார் போவார்கள். இந்த சமயத்தில் தான் எங்கள் இடத்தில் குடியேற்றக்காரர்கள் அதிகமாக வரத் தொடங்கியிருந்தனர். காப்பி பயிரிடத் தொடங்கினர். தெற்கே இருந்து வருகிற குடியேற்றக்காரர்கள் பண்ணையார் போல் அல்ல. நிலத்தில் வேலை செய்வார்கள். பலாக்
கொட்டையும் மரச்சீனி கிழங்கும்
தின்பார்கள். எங்களைப் போன்ற
கூலிக்காரர்களிடம் நெருக்கமாகப்
பழகுவார்கள். ஆண்களுக்குக் கள்
ளும் சாராயமும் வாங்கிக் கொடுப்
பார்கள். பண்ணையார்கள் எங்கள்
நிலத்தை மட்டுமே எடுத்துக் கொண்
டனர். குடியேற்றக்காரர்கள் எங்கள்
ஆட்களையும் கைவசப்படுத்திக்
கொண்டு வேலை செய்ய வைத்த
னர். அதையும் இதையும் சொல்லி
நல்ல விளைச்சல் உள்ள நிலத்தை
யெல்லாம் தங்கள் வசமாக்கிக்
கொண்டனர். ஒரு குப்பி சாராயத்
துக்கும் ஒரு கழி புகையிலைக்கும்

ஒரு சேலைக்கும் நிலத்தை விட்டுக் கொடுத்தவர்கள் நிறைய பேர். குடியேற்றக்காரர் வந்த பிறகு எங்கள் ஆட்கள் மற்ற ஜனங்களோடு சற்று அதிகமாக நெருங்கிப் பழகத் தொடங்கி னர் என்றே சொல்லவேண்டும். எங்கள் பெண்களை பண்ணையார்களும் பொதுமக்களும் கட்சி ஆட்களும் இஷ்டப்படி பயன்படுத்திக் கொள்வார்கள். எங்கள் சமுதாய ஆட்களுக்கு வேலை தருகிற பண்ணையாரிடமும் மற்ற ஆட் களிடமும் மிகவும் பயம். பசியால் செத்துப்போகவும் பயம்.

எங்கள் ஆட்கள் அனைவரும் கூலிவேலைக்காரராகவே மாறியிருந்தனர். காடுகள் எல்லாம் பாரஸ்டாக மாறிவிட்டன. அதற்கு முள்வேலி அமைக்கப்பட்டு காவலர்களும் பார்வை யாளர்களும் அமர்த்தப்பட்டனர். நாங்கள் நுழைய முடியாத காடு எங்கள் குழந்தைகளுக்கு அச்சமூட்டத் தொடங்கின. இங்கே வந்து குடியேறியவர்கள் காட்டை வசப்படுத்திக் கொண்டனர். பெரிய பண்ணையார்களுக்கு நிலம் தேவை யில்லை என்றாகிவிட்டது. அவர்களின் புதிய தலைமுறை யினர் கல்வி கற்று உத்தியோகத்துக்குச் செல்லத் தொடங்கி னர். மற்றும் சிலர் லாபமுள்ள தொழிலைத் தேடி வேறு நாட்டுக்குச் சென்றனர். புதிதாகக் குடியேறியவர்கள் நிலத் தைச் சிறுசிறு பகுதிகளாக மாற்றி விதவிதமான பயிர்களைப் பயிரிட்டனர். நிலத்திலிருந்து விளைச்சலுக்குப் பதில் லாபம் கிடைத்தது. பணப் பயிர் விளைந்தது. நெல் பயிரிடும் வயல்கள் குறையத் தொடங்கின.

எங்களுடைய நிலம் கைமாறிக் கைமாறி பயிர் செய் வதே இல்லை என்று ஆனதும் வேறு கூலி வேலைகளுக்கு அடிக்கடிப் போகவேண்டி நேர்ந்தது. ஐம்பது பைசா ஒரு ரூபாய் அதிகக் கூலி வேண்டும் என்பதற்காகப் போராட்டங்

கள் நடத்தினோம். விவசாயத் தொழிலாளர் யூனியனில் மேலும் அதிகமாக ஈடுபடத் தொடங்கி னோம். கட்சி சொன்ன போதெல் லாம் போராட்டம்தான். திருசிலேரி, திருநெல்லி பகுதிகளில் நிலம் வைத் திருக்கிற பண்ணையார்களும் கட்சிக் காரர்களாக இருந்தனர். அங்கே கட்சிக்காரராயிருப்பதுதான் நல்லது. ஒரு ரூபாய் கூலி அதிகரிக்க வேண் டும் என்ற போராட்டத்தை ஐம்பது பைசா கூடுதல் தந்து ஒத்துப்போகச் செய்துவிடுவார்கள். நிலத்தில் வேலை செய்பவர்களுடையதுதான்

கட்சி என்று தோன்றும். அதற்குத் தேவையான பாட்டுக்களும் ராகத்திலுள்ள கோஷங்களும் தயாராகும். இவையெல்லாம் ஒருவர் மற்றவருக்கு எளிதாகச் சொல்லிக் கொடுக்கக் கூடியவை. யாரும் பாடக்கூடியதும் உரத்துக் கூவக்கூடியது மான மெட்டில் அமைந்து இருக்கும். நானும் அவற்றை எங்கள் ஆட்களிடம் சொல்லித் தருவேன். கட்சி சொல்லும் போதெல்லாம் போராட்டம் நடத்துவோம். தேர்தல் வரும் போது இது அதிக அளவில் இருக்கும். போராட்டம் தொடங் கினால் நாங்கள் ஆட்களை வேலைக்குச் செல்ல அனுமதிப்ப தில்லை. பண்ணையார்கள் வேறு இடங்களிலிருந்து ஆட் களைக் கொண்டு வருவார்கள். கட்சியிலுள்ள பண்ணையார் களும் அப்படித்தான் செய்வார்கள். அப்போது கட்சி தலை யிட்டுப் போராட்டத்தை நிறுத்திச் சமாதானம் செய்வார்கள். ஏதோ எங்கள் ஆட்களுக்காகத்தான் கட்சி செயல்படுகிறது என்ற தோற்றத்தைக் காட்டும். கட்சி ஆட்கள் பண்ணை யாரிடமிருந்து பணம் பெற்றுக்கொண்டு சமரசம் செய்து வைத்த சம்பவங்கள் நிறைய நடந்துள்ளன திருசிலேரியில்.

கிருஷ்ணன்குட்டி வாரியர், கோவிந்த வாரியர், அப்புறம் செட்டியார்கள், ராகவ வாரியர் போன்றவர்கள் கட்சியுடன் சேர்ந்துகொண்டு எங்கள் ஆட்களிடம் நல்ல வேலை வாங்கினர். கட்சி சொல்வதை நாங்கள் வேலையாட் களிடம் சொல்வோம். அந்தச் சமயங்களில் எங்கள் ஆட்களின் குடிசைகளுக்குப் போவோம். மற்ற ஆட்களைப்பற்றி அறிய முடிந்தது இந்த வகையில்தான். எங்கள் ஆட்களுக்குக் கஷ்டங்களும் சிரமங்களும் அதிகமாக நேர்ந்தாலும் நாங்கள் எல்லோரும் கட்சியில் நிலைத்து நின்றோம்.

எங்கள் குடிசையைச் சுற்றி யுள்ள நிலத்தில் நீண்டகாலமாகத் தினை விதைத்தும் பயிறு நட்டும், துவரை பயிரிட்டும் எள் விதைத்தும் பயன்படுத்தி வந்திருந்தோம். அப் பன் பாட்டன்மாரெல்லாம் காடு வெட்டி, புதர்களை அகற்றி, விளை நிலத்துக்காக நிலத்தை எரித்து நிரப்பாக்கி, தினை விதைத்து, மண் கிளறி நல்ல பக்குவமாக்கி வைத்தி ருக்கும்போது பண்ணையாரும் குடியேற்றக்காரரும் வந்து எங்கள் ஆண்களின் தோளில் கைபோட்டு ஏதேதோ கூறியும், சாராயம் வாங்கிக் கொடுத்தோ அல்லது கொஞ்சம

பணத்தைக் காட்டியோ தங்கள் பேரில் மாற்றிக் கொள்
வார்கள். நிலத்துக்கு நம்பரோ ஆவணமோ இல்லாத எங்கள்
ஆட்கள், மற்றவர்களுக்குக் கொடுத்துவிட்ட அதே நிலத்தில்
மீண்டும் கஷ்டப்பட்டு பயிர் செய்து விளைச்சலை பண்ணை
யாருக்குக் கொடுத்துவிடுவார்கள். அவர்கள் தரும் கூலியோ
வயிறு கழுவக்கூடப் போதாது.

கடையில் விற்கப்படும் பண்டங்களை வாங்கி சாப்பிடத்
தொடங்கியது அத்தகைய நிலையில்தான். அரிசிக்கும் கோது
மைக்குமாக ரேஷன் கடைக்குப் போக நேர்ந்தது. ரேஷன்
கார்டும் வாக்காளர் பட்டியலும் குடிசைக்கு நம்பரும் வந்தன.
மிளகும் துவரையும் பயிறும் கடையிலிருந்து வாங்கி, கடையி
லும் கடன்காரராயினர். பணத்தின் தேவை அதிகரித்தது.
காய்ச்சல் வந்தால் மருந்து வாங்க வேண்டுமென்றாயிற்று.
ஊசி குத்துதல், மருந்துச் சீட்டுகள் எல்லாம் வந்தன. எங்கள்
குழந்தை குட்டிகள் நாலு வரையும் அஞ்சு வரையும் படித்துக்
காட்டையும் மண்ணையும் வெறுக்கத் தொடங்கினர். பாடங்
களை உருப்போட்டுப் படித்துவிட்டு மரத்திலிருந்துகொண்டும்
முற்றத்திலிருந்துகொண்டும் பாடத் தொடங்கினர். எங்களைத்
தேடித் துணி வியாபாரிகளும் பாத்திர வியாபாரிகளும் வரத்
தலைப்பட்டனர். கைக்கெட்டிய தூரத்தில் விண்ணப்பப் படி
வங்கள் கிடைக்க ஆரம்பித்தன. விண்ணப்பப் படிவங்களை
நிரப்பித்தர ஒரு புதிய கூட்டம் ஆட்கள் வந்தனர். யாரிடம்
எதற்கு என்று அறியாமலே எங்கள் ஆட்கள் நிறைய விண்ணப்
பித்துக் கொண்டேயிருந்தனர். கிடைத்த வேலையைச் செய்ய
நேரம் இல்லாமல் கல்பற்றா, மானந்த வாடி, காட்டிக்குளம்
பகுதிகளில் அலைந்து திரியத் தொடங்கினர். எங்கள் ஆட்
களுக்காக நல்லதரம் புகையிலை விற்கிற வியாபாரிகளும்
இருந்தனர்.

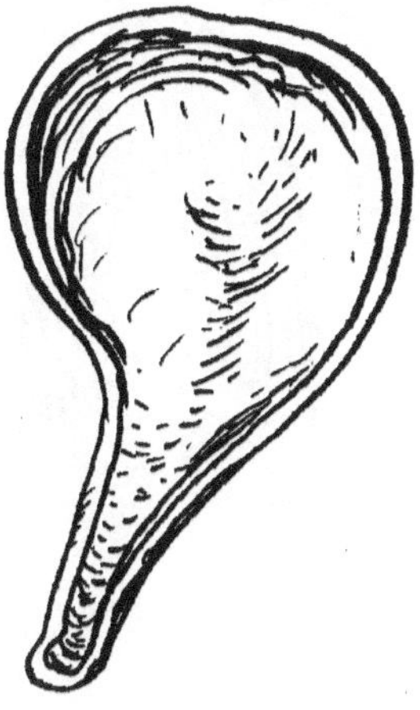

எங்கள் ஆட்களின் உடம்பில்
போஷாக்கு பற்றாக் குறையைக்
கண்டுபிடிக்கும் கருவிகள் கொண்ட
ஆஸ்பத்திரிகளும் வந்தன. கிழங்கு
வகைகளும் பழங்களும், பயிறு வகை
களும் சாப்பிட வேண்டும் என்று
அறிவுறுத்துகிற மருந்துச் சீட்டுகளை
வாங்கினர். கடைகளிலிருந்து தக்
காளியும் உருளைக் கிழங்கும் வாங்
கினர். பெண்கள் பிள்ளைப் பேற்றுக்
கான ஆஸ்பத்திரிகள் முளைத்தன.
அவற்றை அடைத்துவிட்டுக் கண்
ணாமூச்சி விளையாடினர். பணத்

தின் தேவை அதிகரித்தது. கிடைக்கிற வேலைக்குக் கூலி கிடைக்காமல் போகும்போது போராட்டங்கள் நடத்தினர். பண்ணையார்களும் கட்சி ஆட்களும் போராட்டத்தைப் பேசி முடிப்பதற்குப் பதில் நீட்டிக்கொண்டே சென்றனர். போராட்டம் நீண்டுகொண்டே போனால் பட்டினியால் சாகவேண்டியதுதான். காட்டுக்குள்ளும் போக முடியாது. நமது ஆட்கள் செத்துப்போனால் பிறகு நம்மைச் சுற்றியுள்ள இந்த நிலத்தில் யார் வேலை செய்வார்கள்? நாம் செத்துப் போனால் கட்சி ஊர்வலத்துக்கு யார் போவார்கள்? கட்சி ஊர்வலத்தில் தாளம்கொட்டிப் பாட்டுப்பாடி வியர்வை சிந்த யார் இருப்பார்கள்? கோஷங்கள் முழங்க யார் போவார் கள்? அதனால் எங்கள் பிரச்சினைகளையெல்லாம் சற்று தலைமறைவாகப் பேசித் தீர்க்கவேண்டியிருந்தது.

நிலத்தில் வேலையே இல்லாமல் போன காலத்தில் நான் கொஞ்சநாள் தையல் படிக்கச் சென்றேன். காட்டிக் குளம் என்ற இடத்தில். அப்போதுதான் பொது சமூகத்து ஆட்களை அதிகமாகப் பார்க்கவும் தெரிந்துகொள்ளவும் சந்தர்ப்பம் ஏற்பட்டது. சில நாட்களிலேயே தையல் கற்றுக் கொண்டேன். எங்கள் சிறு பிள்ளைகளுக்குப் பழைய புடவைத் துண்டுகளைக் கொண்டு சட்டைகள் தைக்கத் தெரிந்துகொண் டேன். புடவைத் துண்டுகளைக் கொண்டு பாவாடையும் தைப்பேன். சாவித்திரி என்ற பெண்ணிடம் தான் தையல் கற்றேன். வேறு சில பெண்களும் என்னுடன் படித்தார்கள். எங்கள் சமுதாயப் பெண்கள் யாருமில்லை. வேறு சமுதாயப் பெண்களுடன் பழகியதும் அப்போதுதான். அவர்களில் நிறையப் பேர் ஒன்பது பத்து வரை படித்திருந்தார்கள். பொது சமூகத்து நடுத்தர மக்கள் வீடுகளிலும் தரித்திரமும் பசியும் இருந்தது. பண்ணையாரல்லாத வாரி யார்களின் வீடுகள் நிறைய இருந்தன. நிலத்திலும் வயலிலும் வேலைசெய்து பழக்கமில்லாத, குறிப்பாக எந்த வேலையும் செய்யத் தெரியாத நடுத் தர மக்களும் எங்களிடையே அதிகம் இருந்தனர். அவர்கள் எங்கள் ஆட் களின் இடைத் தரகர்களாகச் செயல் பட்டனர். அரசு அலுவலகங்களும் ஆஸ்பத்திரிகளும் விண்ணப்பங்கள் கிடைக்கிற இடங்களும் அவர் களுக்குத் தெரிந்திருந்தது.

தையல் கற்கும்போது மற்ற பெண்களுடன் நான் நெருங்கிப்

பழகினேன். விவசாயத் தொழிலாளி யூனியனில் இருந்தபோது ஆட்களுடன் பழகும் சந்தர்ப்பம் ஏற்பட்டிருந்தது. எப்போ தாவது கிடைக்கிற பத்திரிகைகளை வாசிப்பேன். கட்சிக் கூட்டங்களுக்கும் போவேன். கட்சி நடத்தும் வகுப்புகளுக்கும் செல்வேன்.

எங்கள் சமுதாய ஆட்களின் பிரச்சினைகள் கட்சி நடவடிக்கைகளிலோ விவசாயத் தொழிலாளர் யூனியனிலோ அதிகமாக இடம்பெறவில்லை. கட்சி எங்களை ஒரு ஓட்டுப் பெட்டி என்றுதான் கருதியிருந்தது. அதனால்தான் எங்கள் விளை நிலம், வாழ்க்கை நிலை பற்றிய விவரங்கள் கட்சி மட்டத்தில் வரவில்லை. கட்சி நடத்தும் வகுப்புகளுக்குச் சென் றால் அங்கு நடைபெறும் மேடைப் பேச்சுகளை ஒன்றையும் புரிந்து கொள்ள முடியவில்லை. அதில் சில குறிப்பிட்ட வார்த் தைகளிலும் வாக்கியங்களிலும் மறைமுகமான அர்த்தங்கள் இருக்கும். என்னைப் பேசுவதற்கும் அனுமதிப்பதில்லை.

எங்கள் பேச்சில் கன்னட வார்த்தைகள் அதிகம். எங்களிடையில் ஒவ்வாரு பிரிவிலும் வழங்கும் மொழியிலும் பேச்சிலும் வேறுபாடுகள் காணப்படும். பொருட்களின் பெயர்களிலும் வித்தியாசம் உண்டு. பணியர், காட்டு நாயக்கர், குருமர், சோலை நாயக்கர், முள்ளுவக் குருமர், வேட்டைக் குருமர் போன்றோர் பேசும் பேச்சுக்கள் ஒவ்வொன்றும் ஒவ்வொரு மாதிரி இருக்கும். இருந்தாலும் நாங்கள் பேசிக் கொள்ளும்போது ஒருவரையொருவர் புரிந்து கொள்வதில் எந்த சிரமமும் இராது. எங்கள் இனத்தில் எழுதப் படிக்கத் தெரிந்தவர் மிகக் குறைவாக இருந்தாலும் மொழியை எழுதவேண்டிய தேவை ஏற்படாததாலும் எழுதுவதற்கான

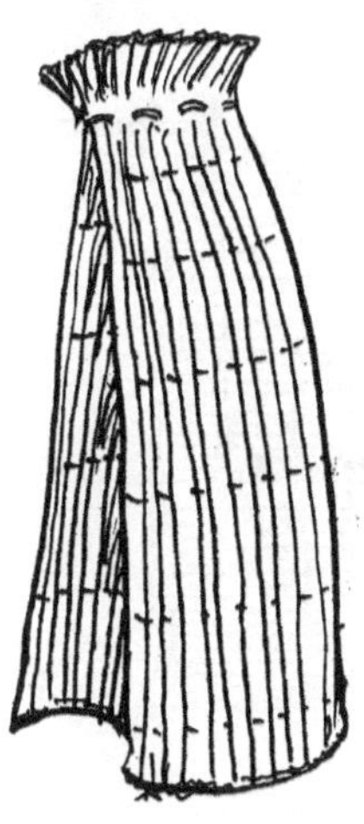

எழுத்து ஏற்படவில்லை. எங்கள் பேச்சில் கன்னடச் சொற்கள் அதிகம் இடம் பெற்றிருப்பதற்குக் காரணம் குடகு பக்கத்தில் இருப்ப தால்தான். பின்னால் வந்த குடி யேற்றக்காரர்களின் சொற்களும் பொது சமூகத்தின் சொற்களும் எங் கள் மொழியில் அதிகம் கலந்துவிட் டன. பள்ளிக்கூடத்தில் படிக்கிற பிள்ளைகளிடையே புதிதாக ஒரு மோசமான மொழி உருவாயிற்று. எங்கள் மொழி இந்தச் சமுதாயத்தில் சிரமங்கள் ஏதும் ஏற்படுத்தவில்லை. எங்களுக்கு வேலையும் நிலமும் பசியும்தான் முக்கியமாயிருந்தன.

நாங்கள் ஏதாவது ஒரு விஷயத்தைப் பற்றிச் சொன் னால் கட்சியும் கட்சி ஆட்களும் அதை மேலிடத்தில் ஆலோசிக்க வேண்டும் என்ற முறை இருந்தது. அப்போ தைக்கு கட்சி அதைத் தவிர்த்துவிடும். இ.எம்.எஸ்ஸை பார்த்திருக்கிறேன். கட்சி நடத்திய ஒரு வகுப்புக்கு வந்திருந்தார்.

எங்கள் பகுதியில் கட்சியும் பண்ணையாரும் தோட்ட முதலாளியும் ஒரே மாதிரிதான். ஆட்களிடையே ஏற்படும் பிரச்சினைகளுக்கும் கஷ்டங்களுக்கும் எங்கள் வாழ்க்கைக்கும் தேவையான செயல்பாட்டுக்கும் வேண்டிய பணிகளைச் செய்யவும் கட்சியை அணுகமுடியாத நிலைதான் இருந்தது. தேர்தல் வரும்போது வெற்றி பெறுவதற்காக எங்கள் ஆட் களை பெருமளவில் வாக்காளர் பட்டியலில் சேர்ப்பார்கள். எங்கள் ஆட்களுக்கு வீட்டுப் பெயரும் தந்தை பெயரும் சேர்க்கிற முறை ஏற்பட்டது இப்படித்தான். அது மட்டுமல்ல, மற்ற சமுதாய ஆட்கள் எப்போதும் எங்களை வேலைக்காரர் களாகவே நடத்தியிருக்கின்றனர். ஊர்வலத்தில் செல்லவும் கூட்டம் கூட்டவும் தேர்தலில் ஓட்டுப்போடவும் மட்டுமே கட்சிக்கு நாங்கள் தேவைப்பட்டிருக்கிறோம்.

பொதுச் சமூகத்தைப்போலவே கட்சிக்காரர்களும் எங்கள் இனப் பெண்களுக்குப் பலவிதக் கஷ்டங்களை ஏற்படுத்தியிருந்தார்கள். கட்சி ஆட்களுக்குக் குழந்தைகளைப் பெற்ற எத்தனையோ பெண்கள் திரிசிலேரி, திருநெல்லி போன்ற இடங்களில் இருக்கிறார்கள். தகப்பன்பேர் சேர்க்க முடியாத நூற்றுக்கணக்கான குழந்தைகள் பட்டியலில் இருக்கிறார்கள். அது பொதுச் சமூகத்தின் வழக்கத்திலிருந்து பெரிதாக மாறுபட்டதல்ல. திரும
ணம் ஆகாத தாய்மாரை உருவாக்கி
யதில் கட்சிக்கும் அதன் நிர்வாகி
களுக்கும் பெரிய பங்கு உண்டு.
கட்சி ஆட்களின் குழந்தைகள்
எங்கள் குடிசைகளில் வளர்வது
கட்சியின் வளர்ச்சிக்கு உதவுமோ
என்று தெரியவில்லை. உண்மையில்
ரத்த சாட்சிகள் இரத்தத்திலிருந்து
தான் தோன்றுவார்கள். திருசிலேரி
யில் அப்படிப்பட்ட ஆட்கள் நிறைய
பேர் இருக்கிறார்கள். ஒரு துண்டு
புகையிலைக்கும் பாசி மாலைக்கும்
ஒருவேளை உணவுக்குமாக குழந்தை
பெற்றுத் தருவார்கள்.

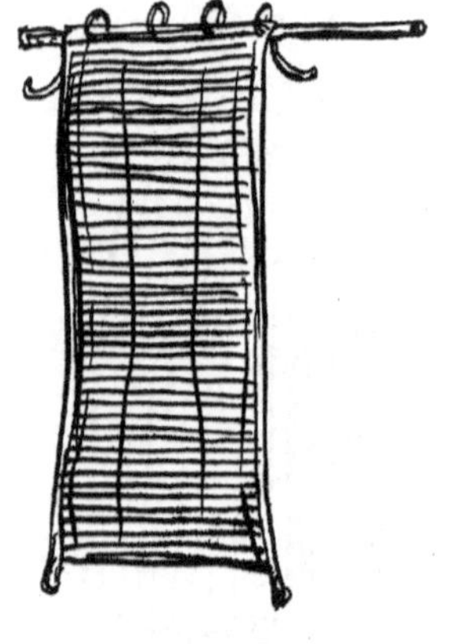

நாங்கள் கட்சிக் கூட்டங்களுக்குச் செல்லும்போது குடிசைகளில் பிரச்சினைகள் ஏற்படும். கமிட்டி கூட்டம் இரவில்தான் நடைபெறும். ஓரிடத்திலிருந்து தூரமான இடங்களுக்கெல்லாம் போக வேண்டிய நிலைமை ஏற்பட்டி ருக்கிறது. என் அண்ணனிடமும் அம்மாவிடமும் ஆட்கள் அதையும் இதையும் சொல்லிப் பிரச்சினைகளை ஏற்படுத்தி யிருந்தார்கள். இருந்தாலும் நான் கட்சிக் கூட்டத்திற்குப் போகத்தான் செய்தேன். அந்தச் சமயங்களில் வயலில் வேலையும் எழுத்தறிவு இயக்கத்தில் கற்பிக்கும் பணியும் இருந்தன. எங்கள் சமுதாய ஆட்களின் சிறுசிறு பிரச்சினை களிலும் தலையிட வேண்டியிருந்தது. பகலில் ஆட்கள் வேலைக்குச் சென்றுவிடுவதால் இரவில்தான் கமிட்டிக் கூட்டங்கள் நடைபெற்றன. பணியர், காட்டு நாயக்கர் போன் றோர் இடையே பழக நேர்ந்தது இதன் காரணமாகத்தான்.

எங்கள் பிரச்னைகளும் மற்ற சமுதாயத்தினரின் பிரச்னைகளும் ஒரே மாதிரி இருந்தன என்று சொல்வதற் கில்லை. சோலைக் குருமர், குருமர் மற்றும் அடியாரின் இடையே உள்ள பிரச்சினைகள் வித்தியாசமானவை. எங்கள் சமுதாயத்தில் பெண்கள் வெளியே செல்லும் வழக்கமில்லை. அதன் காரணமாகவும் பிரச்சினைகள் ஏற்பட்டிருந்தன. இருந்தாலும் ஆட்கள் மத்தியில் செயல்படுவது எனக்கு விருப்பமாயிருந்தது. அதனால்தான் அங்கெல்லாம் போகத் தொடங்கியிருந்தேன்.

என் சிறுவயதில் பெரியவர்கள் வர்கீஸைக் குறித்துப் பேசுவதைக் கேட்டிருக்கிறேன். மிகவும் பயத்தோடுதான் பேசுவார்கள். திருநெல்லி பகுதிகளிலும் வர்கீஸ் பற்றிச் சொல்வார்கள். எங்கள் ஆட்களிடையே வர்கீஸ் என்றால்

பெரிய மரியாதை. ஆனால் எனக் கென்னவோ பயமாயிருந்தது. கொத் தடிமை முறைக்கு எதிராக அவர் பாடுபட்டிருக்கிறார் என்று கேள்விப் பட்டிருந்தேன். பணியர், ஊராளி, வேட்டை நாயக்கர், சோலை நாயக்கர் சமுதாய ஆட்கள் ஒரு வருட காலம் பண்ணையாரிடம் வேலை செய்ய வேண்டும் என்ற நிபந்தனைதான் வல்லிப்பணி. இந்த வேலைக்காக ஓர் ஆளுக்கு ஆண் டொன்றுக்கு ஏழு சேர் நெல்லும் காடாத் துணியும் கிடைக்கும். பண் ணையாரின் அடிமையாக ஒரு

வேனற்காலம், ஒரு மழைக்காலம் முழுவதும் வேலை செய்ய வேண்டியிருந்தது. வர்கீஸ்தான் அதற்கு எதிராகப் போராடி னார் என்று கேள்விப்பட்டிருந்தேன். ஆனால் போலிஸ்ஸும் கட்சியும் வர்கீஸைப் பற்றி அதிகமாக ஒன்றும் சொல்வ தில்லை. எங்கள் ஆட்களுக்கு ஆண்டுக்கொருமுறைதான் கூலி கொடுக்கிற ஏற்பாடு பண்ணையாரிடமிருந்தது. நெல்லாகத்தான் கூலி வழங்கப்படும். நெல் அளக்கிற சமயம் ஒரு மூட்டை நெல்லுடன் இரண்டு மூட்டை பதரும் கலந்து விடுவார்கள். இந்தக் கொடுமையை ஆட்கள் வெளியே எங்கும் சொல்வதில்லை. அந்த வழக்கமே இல்லை. திருசிலேரி யில் பண்ணையாரிடம் வந்து வர்கீஸ் பதரில்லாத நெல்லை அளந்து கொடுக்கும்படி செய்திருந்தார் என்று கேள்விப் பட்டிருந்தேன். வர்கீஸுக்கு யாரிடமும் பயமில்லை. புதிதாக எங்களிடையே வந்து குடியேறியவர்களுக்கும் எதற்கும் பயமில்லை. மரம் நிலம் காடு எதற்கும்.

வர்கீஸுக்கு எங்கள் ஆட்களிடையே அதிக ஒட்டுதல் இருந்தது என்று கேள்விப்பட்டிருக்கிறேன். எங்கள் ஆட்களின் துயரங்களை வர்கீஸ் நேரடியாக அறிந்துகொண்டிருந்தார். எங்கள் ஆட்களிடையே வசித்து அதே ரீதியில் பழகிக்கொண் டிருந்தார். பண்ணையார் எங்களுக்குக் கூலி அளப்பது மூங்கில் தண்டால்தான். அதை லிட்டர் கணக்கில் அளக்க வேண்டுமென்றும் பண்ணையாரைக் கொண்டுதான் அளக்க வேண்டும் என்றும் ஏற்படுத்தியிருந்தார். இதன் காரணமாக எங்களிடையே வர்கீஸிடம் மிகவும் மதிப்பு இருந்தது. வர்கீஸுடன் சேர்ந்து உழைத்த ஆட்களும் எங்களிடையே இருந்தனர். நான் வர்கீஸைப் பார்த்ததில்லை.

எங்கள் சமுதாயத்தைச் சேர்ந்த கட்சிக்காரர்கள் எங்களுக்கு எந்த உதவியும் செய்வதில்லை என்பதைக் கட்சியில் செயல்பட்டுக் கொண்டிருந்தபோது உணர ஆரம்பித்தேன். கட்சிக் கூட்டங்களில் நிறைய காரியங்கள் பற்றி நான் சொல்லி வரும்போது அதற்கு எதி ராகக் கட்சி தீர்மானங்களை எடுக் கிறது. அத்துடன் மேல் கமிட்டி தீர்மானங்களை நடை முறைப் படுத்துவதில் ஒரு கீழ் கமிட்டிக்குச் சொந்த அபிப்பிராயங்கள் கூற இய லாமல் போகிறது என்பதையும் அறிந்துகொண்டேன். அதிகார

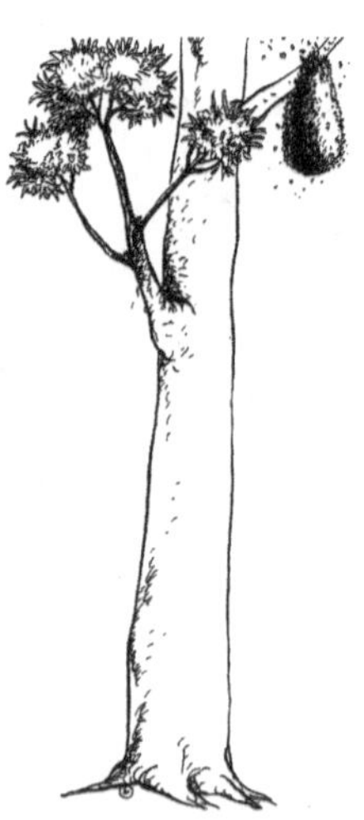

ஆசைகொண்ட கட்சி எங்களை எங்கு வேண்டுமானாலும் கட்டி இழுத்துக்கொண்டு செல்லலாம் என்று நினைப்பதாகத் தோன்றியது. ஏ.கே.ஜி., இ.எம்.எஸ்., அரிவாள் சுத்தி, தீப்பந்தம், கடாரி, இந்திரா காந்தி இதெல்லாம் நாங்கள் பூஜிக்க வேண்டிய பெரிய பெரிய சிலைகளாக இருந்தன. எங்கள் குடிசைக்குள் தினையும் துவரையும் வித்துக்களாகக் கட்டி வைத்திருந்த இடத்தில் சுவரில் இவர்களின் வர்ணப் படங் களை ஒட்டத் தொடங்கியது அப்போதுதான். தேர்தலில் சமயங்களில் கிடைக்கிற காகிதத் துண்டுகளையும் நோட்டீஸ் களையும் குடிசையில் தண்ணீர் படாத மூலையில் பொக்கி ஷம்போலத் துணியில் பொதிந்து காப்பாற்றத் தொடங்கியதும் அப்படித்தான்.

காட்டில் மூங்கில் கம்புகள் பொறுக்க முடியாத நிலை வந்ததும் காட்டில் பெரிய பெரிய மரங்களை வெட்டி லாரியில் ஏற்றி கணவாய் தாண்டியதும், எங்கள் குடிசை களுக்கு இடிந்து விழும் சுவர்கள் கட்டியதும், கூரைகள் வேய முடியாமல் போனதும், குடிநீருக்காகப் பஞ்சாயத்து ஆபீஸ்களில் காத்திருக்க நேர்ந்ததும், எங்கள் மருந்தும் மந்திரமும் பத்திரிகைகளில் படங்களாக அச்சடிக்கப்பட்டதும் எல்லாம் கட்சி உதவியுடனும் அதன் கட்டளைப்படியும்தான் என்று நான் தெரிந்து கொண்டது கட்சியின் உள்ளே இருந்தபோதுதான்.

எங்கள் ஆட்கள் இறந்துபோனால் அவர்களைப் புதைப் பதற்காக ஓர் இடமிருந்தது. திருசிலேரியில். அடியார் மக்களை மட்டுமே அங்கே புதைப்போம். அது எங்கள் பாட்டன் முப்பாட்டன் காலத்திலிருந்தே இருக்கிறது. ஒரு குன்றின் சரிவில் இருக்கிறது அது. கல்லும் மண்ணும் நிறைந்த இடம்.

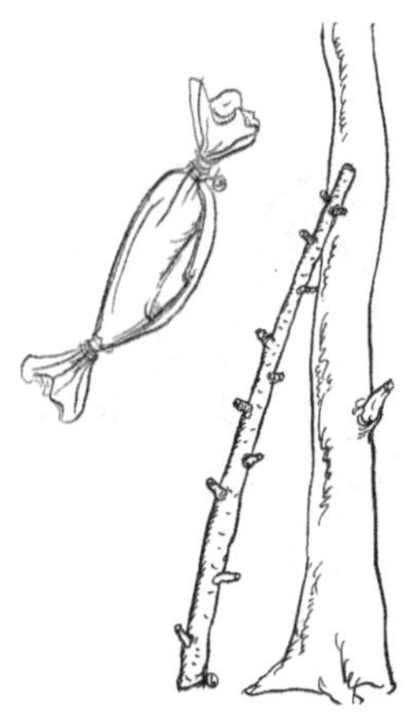

சிறிய புதர்கள் நிரம்பியது. தண்ணீர் குறைவு. நீண்ட காலமாக எங்கள் ஆட்களை அங்கேதான் புதைத்து வருகிறோம். இறந்தவர்களுக்கான தீட்டுச் சடங்குகளும் 'கத்திக' சமயம் சில சடங்குகளும் அங்கே நடத்து வார்கள். அந்த இடத்தைச் சுற்றிப் பாழ் நிலமாயிருந்தது. பின்னர் அதையெல்லாம் சிலர் கைப்பற்றி தமதாக்கிக் கொண்டனர். புதைக்கிற இடத்தைக் கைப்பற்றி நான்கு பக்க மும் வேலி கட்டி மறைத்துவிட்ட னர். அதன் பிறகு அந்தச் சிறிய துண்டு நிலத்தையும் கைப்பற்ற

ஆரம்பித்தனர். எங்களுக்குப் பிணத்தை புதைப்பதற்கு இடம் இல்லாத நிலைமை ஏற்பட்டது. அந்தச் சமயத்தில் நாங்கள் அங்குள்ள ஆட்களை ஒன்றாகக் கூட்டி ஒரு கூட்டமாக அந்த இடத்துக்குச் சென்று வேலி கட்டி எங்கள் இடத்தை மீண்டும் கைவசப்படுத்தினோம். குருமர்சிற என்று அதைச் சொல்லுவோம். நீண்ட காலமாக அப்படியே இருந்தது.

ஆட்களைப் புதைக்கும் இடத்திற்குச் செல்ல ஒரு பாதையும் வெட்டி அமைத்தோம். அதற்குள் எங்கள் பூமியைக் கைப்பற்றிய ஆள் போலிசை அழைத்துவந்து எங்கள் ஆண் களையெல்லாம் வண்டியில் ஏற்றிக்கொண்டு சென்றனர். எங்கள் ஆட்களைப் பயமுறுத்துவதும் அடக்குவதும் போலி ஸுக்கு எளிதாக இருந்தது. காலம் காலமாக எங்கள் ஆட் களைப் புதைத்து வந்திருந்த நிலத்துக்குச் செல்ல முடியாத நிலை வந்ததால் நாங்கள் இங்கே கூட நேர்ந்தது. அதிகாரமும் செல்வாக்கும் உடைய ஆட்கள் போலிசை எளிதாகத் தங்கள் பக்கம் திருப்ப முடிந்திருந்தது. எங்கள் இனத்தில் ஆண்களை மட்டுமே அழைத்துச் சென்றனர். அதனால் பெண்கள் எல்லோரும் மண்வெட்டியும் கையுமாக போலிஸ் ஸ்டேஷனுக்குப் போனோம். செத்தவர்களைப் புதைக்கும் நிலத்துக்காகப் பேசினோம்.

எங்களுக்கு நிலம் திரும்பக் கிடைக்காவிட்டால் நாங் கள் யாரும் ஸ்டேஷனைவிட்டுப் போகமாட்டோம் என்று சொல்லிப் பத்து அறுபது பெண்கள் அங்கேயே குந்தியிருந் தோம். போலிஸ் பணிந்துவிட்டது. என்றாலும் நிலத்தைக் கைப்பற்றியவர் கட்சிக்காரர்களை அணுகி இதில் தலையிடச் செய்தார்.

அப்புறம் அந்தப் பிரச்சி னையைக் கட்சி எடுத்துக்கொண் டது. இத்தகைய பிரச்சினைகளில் கட்சி தலையிட்டு எங்கள் கூட்டத் தினருக்கு எதிராக முடிவெடுக்கும் ஒரு வழக்கம்தான் இருந்தது. கட்சி யின் நிலை பணமும் செல்வாக்கும் மட்டுமே என்று மாறியிருந்தது. பணமும் அதிகாரமும் உள்ளவர்களு டன் இணைந்து நிற்பதுதான் அவர் கள் வழக்கம். இந்தச் சமயத்தில்தான் அங்குள்ள கூட்டுறவு வங்கியில் தேர் தல் வந்தது. நிலத்தைக் கைப்பற்றிய வரின் ஓட்டு அந்தத் தேர்தலில்

முக்கியமாக இருந்தது. அவருடைய ஒற்றை ஓட்டுக் கிடைத் தால் வங்கியின் அதிகாரம் கட்சிக்குக் கிடைத்துவிடும். அதிகாரம் கிடைப்பதற்காக அவர் பக்கம் நின்று நிலப் பிரச்சினையை சமரசமாக முடிக்கக் கட்சி தீர்மானித்தது. எங்களுக்கு அது முன்னாடியே தெரிந்த விஷயம்தான். எங்கள் ஆட்களிடம் விவரத்தை எடுத்துச் சொல்லி, சமரசத் துக்கு ஒத்துக்கொள்ளத் தயாராகவில்லை. கட்சியில் இம் மாதிரி சம்பவங்கள் அடிக்கடி நடைபெற்று வந்தன. கட்சி யிடம் அதிகாரமும் பணமும் இருந்தன. நிலத்தில் வேலை செய்பவரையும் நிலம் இல்லாதவரையும் கட்சி அதன் ஊர்வலத்தில் கலந்து நடப்பதற்கும் பொதுக் கூட்டங்களில் கைதட்டுவதற்கும் மட்டுமே பயன்படுத்தியது. எப்போதாவது மலையில் ஏறிவந்து இலவசமாக ஒரு கிலோ அரிசியை அறிவித்தது. பட்டினி கிடக்கும்போது எங்கள் ஆட்களுக்குப் புரியாத உதவித் தொகைகளை அறிவித்தது.

தரிசு நிலங்களின் கணக்குகளைக் காண்பித்து ஆட் களை எதிர்பார்க்க வைத்தது. உங்கள் நல்ல காலம் இதோ வந்துவிட்டது என்றுகூறி ஆண்களையும் பெண்களையும் சோம்பேறிகளாக்கியது. எங்கள் சமுதாயத்தின் பாரம்பரியமும் மருத்துவ முறைகளும் உடைகளும் துடி இசைப்புகளும் மறைந்து போகிறதே என்று கூறி நாட்டுப்புறக் கலை அக்கடமி களும் நூற்களும் ஆராய்ச்சிகளும் ஏற்படத் தொடங்கின. இந்தச் சமுதாயத்தைப் பட்டினிக்காரராக, எதிர்க்கச் சக்தி யற்றவர்களாக, தந்திரமாக நிலைநிறுத்த வேண்டியது கட்சி யின் தேவைகளில் ஒன்றாயிற்று. எங்கள் குடிசையின் சுவரில் ஏ.கே.ஜி. மற்றும் இ.எம்.எஸ்ஸின் வண்ணப் படங்கள் கரையான் அரித்துக் கொண்டிருந்தபோதும் அவை எங்களை நோக்கிச் சிரித்துக் கொண்டிருந்தன. ஆயினும் எங்கள் ஆட்களுக்குக் கட்சியோடு ஒரு நெருக்கம் ஏற்பட்டிருந்தது.

நிலத்தில் வேலை செய்பவ னின் தேவைகளுக்குக் கட்சிக்குள் மதிப்பு இல்லை என்று ஆகிவிட்டது. கட்சியில் இருந்தால் சமுதாயத்திற் காகவோ வேறோ நியாயமாக எது வும் செய்ய முடியாது என்ற நிலை வந்தபோதுதான் நான் கட்சி நட வடிக்கைகளிலிருந்து விலகி நிற்கத் தொடங்கினேன். மக்களுக்கிடையே சிறுசிறு காரியங்கள் நடத்துவதுதான் நல்லது என்று தோன்றியது.

எங்கள் ஆட்களிடையே குடிசையோ நிலமோ இல்லாத வர்கள் அதிகமாகிக் கொண்டிருந்தார்கள். நிலத்திற்கு மனம் போனபடி எங்கள் கொடுக்கப்பட்டன. நம்பர்களைக் கண்டு பிடிக்கவும் அவற்றைப் பாதுகாக்கவும் இந்த மக்களுக்குத் தெரியாததால் சொந்த நிலங்களைப் பற்றிய விவரங்களைத் தெரிவிக்க வழியில்லாமல் நிலத்தை இழந்தவர்கள் நிறையபேர். சின்னச்சின்ன முடிச்சுகளில் சிக்கியும், ஒரு தடவை கொண் டாட்டத்திற்காகவும் நிலத்தை இழந்தவர்களும் உண்டு.

திருநெல்லியில் நிலத்தை ஆக்ரமித்து குடியேறியது அப்படிப்பட்ட நிலையில்தான். இந்த நிலம் ஒரு மலை. எங்கள் ஆட்களிடமிருந்து பறித்துக் கொண்ட இடம். பதி னெட்டு ஏக்கர் கொண்ட மலைப் பகுதி. நிலமோ வசிக்க இடமோ கைவசமில்லாத 45 குடும்பங்களை இங்கே கொண்டு வந்தோம். அதில் பணியர், அடியார், குறிச்சியர் இருந்தனர். வேலை செய்யத் திறன் உள்ளவரும் எதற்கும் தகுதியற்ற வயதானவர்களும் குழந்தை குட்டிகளும் இருந்தனர். இந்த நிலத்தில் நாங்கள் தலைமுறைகளாக இருந்திருக்கிறோம். பல காரணங்களால் இவர்களுக்கு இங்கே வசிக்க முடிய வில்லை. நிலம் கைமாறிக் கைமாறி இப்போது கர்னாடகத்தில் வசிக்கும் ஒருவரிடம் இருக்கிறது என்று சொல்கிறார்கள். இந்த நிலமும் எங்கள் ஆட்கள் வசிப்பதற்காக என்று கருதிய தால் 45 குடும்பங்களையும் அழைத்துக்கொண்டு நாங்கள் இங்கே வந்தோம்.

எல்லோரும் சேர்ந்து இங்கு வந்து குடிசை கட்டி வசிக்கத் தொடங்கியபோது வனத்துறையினரும் போலிஸ்ம் வந்து எங்களைக் கைது செய்துகொண்டு சென்றனர். போலிஸ் முதலில் அடித்து விரட்ட முயன்றது.
எங்களுக்கு ஓடிச் செல்வதற்கு வேறு
இடம் இல்லை என்பதால் இங்கேயே
நின்றோம். நிறைய பேருக்கு அடி
கிடைத்தது. எனக்கும் கிடைத்தது.
எனினும் ஆட்கள் இங்கேயே இருந்த
னர். கட்சியும் இதில் தலையிட்டுப்
போராட்டத்தைத் தகர்க்க நினைத்
தது. எங்கள் இடத்திலுள்ள கட்சிக்
காரர்கள் எல்லோரும் இதற்கு எதி
ராகப் பிரச்சாரம் செய்தனர். நாங்
கள் இந்த நிலத்தை விடப்போவ
தில்லை என்று தெரிந்தபோது
வழக்குப் போட்டனர். இப்போது
கேஸ் நடந்துகொண்டிருக்கிறது.

கேஸ்கள் தலைமுறையாக நீண்டுகொண்டே போவது இங்கே வழக்கம்தானே. பூமிக்கு பூமியளவு பொறுமை உண்டு என்பார்கள். நிலத்தைப் பற்றிய வழக்குகள் ஒருபோதும் முடிவுக்கு வராமல் கோர்ட்டுகளிலேயே தங்கிவிடும். வழக்கு சம்பந்தப்பட்ட நிலமானதால் எங்களுக்கு குடிநீர் ஒன்றும் கிடைக்கவில்லை. மின்கம்பிகள் இந்தப் பக்கமாகத்தான் செல்கின்றன. ஆனால் எங்களுக்கு மின்சாரம் கிடைக்க வில்லை. வீடுகளுக்கு எண்கள் தரப்படாததால் ரேஷன் கார்டும் இல்லை. விண்ணப்பிக்கவும் முடியாது. கட்சிகளுக்கு எங்கள் ஓட்டு கிடைக்காது என்பதால் வாக்காளர் பட்டிய லிலும் எங்கள் பெயர் இடம்பெறவில்லை.

இது ஒரு செங்குத்தான மலைப் பிரதேசம். ஏறிச் செல்வதும் சிரமம்தான். மலையின் உச்சிப் பகுதியில்தான் நாங்கள் குடிசைகள் கட்டியிருக்கிறோம். எங்களுக்கும் நடந்து செல்வது சிரமம்தான். ஆனால் அதை பொருட்படுத்துவ தில்லை. சம தரையில் நடப்பதும் மலையில் ஏறுவதும் எங்களுக்கு ஒன்றுதான். மற்ற ஜனங்களுக்கும் போலிஸுக்கும் தான் மலையில் ஏறி இறங்க மிகவும் சிரமமாயிருக்கும்.

மலையில் அதிகம் தண்ணீர் தேவைப்படாத விவசாயம் செய்கிறோம். வாழைகள் நிறைய நட்டிருக்கிறோம். இஞ்சியும் இருந்தது. காப்பிச்செடியும் பயிரிட்டோம். பயிறு, துவரை, தினையும் இருந்தன. நல்ல சரிவுள்ள மலைப்பகுதிகள். எதைப் பயிரிட்டாலும் நன்கு காய்ப்பதற்கான வளமான மண். பெரிய மரங்களாக ஒன்றுமில்லை. சிறு சிறு மரங்கள். காடுகள். கிழக்குப் பகுதியில் ஊற்று உண்டு. ஆனால் அந்த தண்ணீர் எல்லோருக்கும் கிடைக்காது. கீழ்ப் பகுதிக்குத் தண்ணீர் கொண்டு செல்கிற பஞ்சாயத்துக் குழாய்கள்

இருக்கின்றன. நாங்கள் அந்த நீரை எடுக்க முடியாது. வீடுகளுக்கு எண் கள் கொடுக்கப்படவில்லை என்ப தால் தண்ணீர் குடிக்காமல் சாக முடியுமா? நாங்கள் குழாயிலிருந்து ரப்பர் ட்யூப் மூலம் தண்ணீர் எடுப் போம். அதுவும் எல்லோருக்கும் கிடைக்காது. இங்கே ஊருக்குள் வந்தபோது பனவல்லியில் கட்சி ஆட்களுக்கு எங்களிடம் பகை ஏற் பட்டது. கட்சியில் செல்வாக்குள்ள ஒருவரிடம் நிலம் இருந்தது. அவர் கர்நாடகத்தில் ஒரு பிரமுகர். அத னால் நிலத்தைக் கைப்பற்றிய

ஆட்களை வேலைக்கு எடுத்துக் கொள்ளாமல் கஷ்டப்படுத்தி னார். கொஞ்ச நாட்கள் வேலைக்கு அழைக்கவில்லை. கீழே உள்ள கடையில் இருந்து அரிசி போன்ற பொருட்கள் வாங்க முடியாமல் செய்தார். அந்த நேரங்களிலெல்லாம் எங்கள் ஆட்களை சமாதானப் படுத்தி ஒற்றுமையாய் இருக்கச் செய்தோம். கொஞ்ச நாள்தான் வேலைக்கு அழைக்காம லிருக்க முடியும். எப்போதும் அப்படி இருக்க முடியுமா? நிலத்தில் வேலை செய்வதெல்லாம் நாங்கள்தான். அதனால் மீண்டும் வேலைக்கு அழைப்பார்கள். மரங்களை வெட்டு வதற்கும் வயலுக்கு நீர் பாய்ச்சவும் நாற்று நடவும் காப்பிச் செடிகளுக்கு எரு போடவும் நிலம் கொத்தவும் எல்லாம்.

இந்த மலையில் யானைகள் இறங்கி வரும். பன்றிகளின் உபத்திரவமும் இருக்கும். நாங்கள் போராட்டத்துக்குப் போகும் சமயம் பன்றிகள் வந்து இஞ்சிகளைக் கிளறிப் போட்டுவிடும். யானைகள் வந்தால் வாழைத் தோட்டமே நாசம்தான். யானைகள் வரும்போது ஆட்கள் தகர டப்பாக் களை அடித்து ஓசை உண்டாக்கிக் காவல் இருப்பார்கள். எங்கள் பகுதியில் எல்லோருக்கும் இந்தத் தொல்லைதான். வயல் பகுதிகளில் ஏறுமாடம் கட்டி காவல் செய்வதும் காத்திருப்பதும் எல்லாம் எங்கள் ஆட்கள்தான். அவர்களுக்கு நிலத்தையும் பயிரையும் ஒருபோதும் மறக்க இயலாது. நிலத்துச் சொந்தக்காரர் படுத்து தூங்கும்போது இரவில் வயலுக்குத் தண்ணீர் பாய்ச்சுவதும் பாத்தி கட்டுவதும் காவல் இருப்பதும் உறங்காமல் காத்திருப்பதும் எங்கள் ஆட்கள்தான்.

எங்கள் குடிசையில் என் தோழிகளும் இருக்கிறார்கள். ஒருத்தி தேவி. இன்னொருத்தி லட்சுமி. வல்லி என்று ஒரு பெண்ணும் இருக்கிறாள். யாரு மில்லாதவள்.

லட்சுமிக்கு திரிசிலேரி பக்கம். சேக்கோட்டு. சிறு வயதில் கல்யா ணம் நடந்ததும் பலவித கஷ்டங்கள். வேலைக்குப் போய்க்கொண்டிருந் தாள். அவளுடைய புருஷன் நன் றாகக் குடித்துவிட்டு வந்து அடிப் பான். அவன் கூலி வேலைக்குப் போவான். மரம் வெட்டும் வேலை. மேஸ்திரிகளுடன் சேர்ந்து கொஞ்ச நாள் அந்த வேலைக்குப் போவான். மரங்களை வெட்டி ஏற்றிவிடும் வேலை. மேஸ்திரிகள் அவனுக்குச்

சாராயம் வாங்கிக் கொடுப்பார்கள். அதைக் குடித்துவிட்டு காட்டுக்குள் சென்று இரவில் மரங்களை வெட்டுவதற்காக நிற்பான். சாராயம் குடித்துக் குடித்து அது இல்லாமல் வேலைசெய்ய முடியாது என்று ஆயிற்று. எங்கள் ஆட்களை மிருகங்களைப் போல் வேலை வாங்கி, உடம்பையும் மனசையும் கெடுத்து, மேஸ்திரிகள் பணம் பண்ணுவார்கள். வேலை இல்லாத நாட்களில் அவன் குடிசைக்கு வந்து லட்சுமியை அடிப்பான். கையில் காசு இருக்காது. எங்கள் இடத்துக்குக் கள்ளும் சாராயமும் முதலாளிகளே கொண்டு வந்து சேர்ப்பார்கள். கடன் வாங்கிக் குடித்துவிட்டு ஒரோர் ஆட்களுக்கு அடிமையாக வேண்டிவரும். பணத்தைத் திருப்பிக் கொடுப்பதற்குப் பதில் காட்டுக்குள் சென்று மரம் வெட்ட வேண்டும். லட்சுமி கூலி வேலைக்குப் போவாள். கணவனின் சித்ரவதை பொறுக்க முடியாமல் அவள் எங்கள் இடத்துக்கே வந்துவிட்டாள். இங்கே சில வருடங்களாக என்கூடவே இருக்கிறாள். குழந்தைகள் இல்லை. இனி கல்யாணம் ஒன்றும் வேண்டாம் என்று சொல்லிவிட்டாள். போதும் போதும் என்றாகிவிட்டது. எங்களுடன் சேர்ந்து வேலை பார்ப்பாள். வயல் வேலைக்கும் போவாள்.

தேவிக்குக் கல்யாணம் ஆகவில்லை. அதில் விருப்பம் இருப்பதாகவும் தெரியவில்லை. எங்கள் கூட்டத்தில் பெண் கள் ஒருவருக்கொருவர் நல்ல நெருக்கம். தேவியின் குடிசையும் திரிசிலேரி சேக்கோட்டில்தான். சின்ன வயதிலிருந்தே என் சினேகிதி. அப்பா அம்மா போய்விட்டார்கள். குடும்பத்தில் வேறு யாரும் இல்லை. நாங்கள் இங்கே நிலத்தில் இஞ்சியும் மரச்சீனியும் நடுவோம். வாழையும் நட்டிருக்கிறோம். தேவி

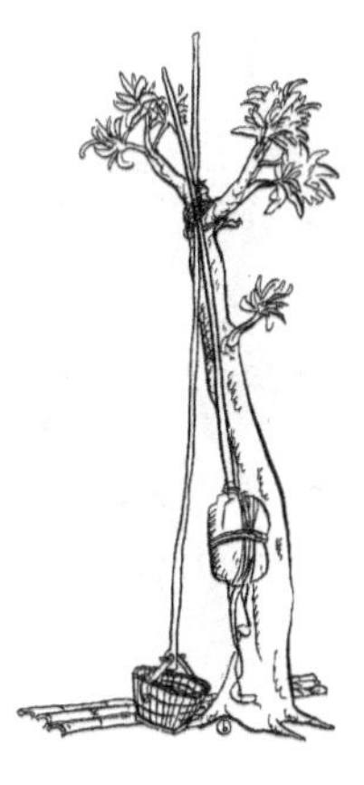

வேலைக்குப் போவாள். எங்கள் போராட்டத்தில் கலந்து கொள் வாள். பள்ளிக்கூடத்துக்குப் போன தில்லை. என்னிடம் மிகவும் பிரியம். நானும் அவளிடம் அப்படித்தான். சேக்கோட்டிலிருந்து நாங்கள் பன வல்லியில் குடியேறியபோது அவ ளும் எங்களுடன் வந்துவிட்டாள். அவளுடைய இடத்தை வேறு யாரோ கைப்பற்றிக் கொண்டார்கள். சொந் தத்திலும் வேறு யாருமில்லை. நில மும் இல்லை. நிலத்துக்கான காகிதம் எதுவும் தேவியிடம் இல்லாததால் இங்கேதான் வரவேண்டியதாயிற்று.

அடுத்தவள் வல்லி என்று பெயர். நான் கட்சியில் இருந்தபோது அறிமுகமானவள். பலாமூலை காலனியிலிருந்து பெட்டமலைக்குச் சென்றபோது. அந்தச் சமயங்களில் நான் அடிக்கடி எங்கள் ஆட்கள் வசிக்கும் காலனிகளுக்கும் குடிசை களுக்கும் போய்க்கொண்டிருந்தேன். ஒரு சமயம் பெட்ட மலைக்குச் செல்லவேண்டியிருந்தது. அந்தி நேரம். மலையின் கீழே உள்ள இடைவெளியில் மரச்சீனிச் செடிகளின் இடையே வல்லி உட்கார்ந்து அழுதுகொண்டிருக்கிறாள். நான் போய் விசாரித்தபோது அப்பா அம்மா செத்துப் போய்விட்டதாகச் சொன்னாள். யாரோ சொந்தக்காரர் வீட்டில் இருந்திருக்கிறாள். அங்குள்ள பெண்கள் இவளை மிகவும் அடிப்பார்களாம். உடம்பெல்லாம் வீக்கம். வேலை செய்ய இயலாது. வாதத்தின் பாதிப்பும் இருந்திருக்கிறது. இருபத்தெட்டு வயசு ஆகிறது. ஆனால் பார்க்கச் சிறுபெண் போலத்தான் இருந்தாள். தண்ணீர் கொண்டு வரச் சென்ற போது குடத்துடன் கீழே விழுந்துவிட்டாள். அதற்கும் சேர்த்து நல்ல அடி கிடைத்திருக்கிறது. அதற்காகத்தான் அழுதுகொண் டிருந்தாள். முன் மாலை நேரத்தில் அவளை அங்கே விட்டுவிட்டு வர விருப்பமில்லை. எங்கள் கூட்டத்திற்கு அழைத்து வந்தேன். ஆசுபத்திரிக்குக் கொண்டு சென்றோம். பத்துப் பன்னிரண்டு நாள் ஆசுபத்திரியில் வைத்துக் கவ னித்துக் கொண்டோம். அவள் வீட்டுக்கும் தெரியப்படுத்தி னோம். யாரும் வரவில்லை. எங்கள் கூடவே அவளை வைத்துக் கொள்ள வேண்டியதாயிற்று. நாங்கள் பனவல்லிக்கு வந்தபோது எங்களுடன் வந்துவிட்டாள். இப்போது நன்றாக நடக்க முடியும். அவளுடைய காரியங்களையெல்லாம் அவளே பார்த்துக் கொள்கிறாள். அவளுக்கும் வேறு யாரு மில்லை. நான் கொஞ்சம் ஆடுகள் வளர்க்கிறேன். வல்லிதான் பார்த்துக் கொள்கிறாள். ஆடுகளை வளர்க் கிறேனே தவிர அவற்றை விற்ப தில்லை. நான் இந்த இடத்துக்கு வந்த சமயம் ஆட்களுக்கு வேலை யொன்றும் கிடைக்காமல் மிகவும் கஷ்டமாயிருந்தது. அனேக இடங் களில் பட்டினிதான். ஒரு ஆளிடம் ஓர் ஆடு இருந்தது. அரிசி வாங்கப் பணம் இல்லாததால் அதை இருபத் தைந்து ரூபாய்க்கு விற்கவிருந்தனர். அப்போது நான் என் கையிலிருந்த பணத்தை அவர்களிடம் கொடுத் தேன். ஆடுகளையும் அவர்களிடமே

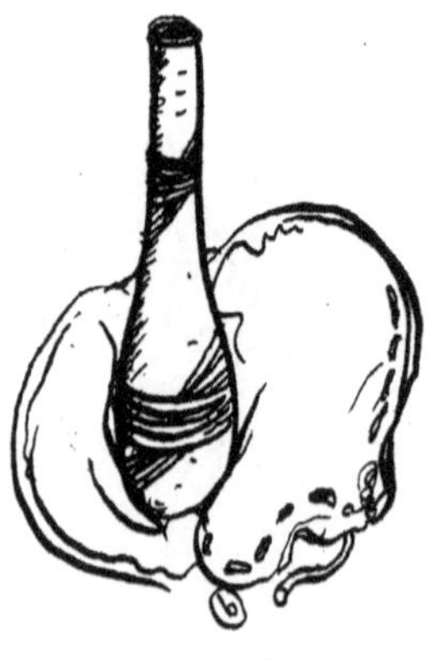

வைத்துக்கொண்டு வளர்க்கும்படி சொன்னேன். ஆடு குட்டி போட்டது. அதை நான் வாங்கி வளர்த்தேன். அப்படி வளர்ந்து வளர்ந்து இப்போ பதினாறு ஆடுகள் இருக்கின்றன. இது மலைப் பகுதி ஆனதால் ஆட்டுக்கு வேண்டிய புல்லும் தழையும் தாராளமாகக் கிடைக்கும். நிறையப் பாலும் தரும். பாலைக் குட்டிகள்தான் குடிக்கும். வளரும். நாங்கள் எல்லோரும் சேர்ந்து அதற்கு ஒரு கூண்டு செய்திருக்கிறோம். வல்லிக்கு அவற்றிடம் கொள்ளைப் பிரியம். நானும் சில சமயங்களில் ஆடுகளைக் கவனித்துக் கொள்வேன். குடிசை யில் நானும் மற்ற நாலுபேரும் கொஞ்சம் ஆடுகளும் ஒரு நாயும் இருக்கிறோம். தேவியும் லட்சுமியும் வேலைக்குச் செல்வார்கள். நான் இப்போது வேலைக்குச் செல்வதில்லை. நேரம் இல்லை. எப்போதும் அலைச்சல்தான். எங்கள் ஆட்களின் ஏதாவது சிறிய சிறிய காரியங்களுக்காக அலைய வேண்டியிருக்கிறது. என்றாலும் குடிசையில் நாங்கள் ரொம்ப நெருக்கமாகவே இருக்கிறோம். மிகவும் பிரியமாக இருக்கிறோம்.

எங்கள் ஆட்களிடையே பெண்களுக்குத்தான் வேலை யும் பொறுப்பும் அதிகம். மற்ற சமுதாயங்களிலும் அப்படித் தான். வயலில் வேலைக்குப் போவோம். எல்லா விவசாய வேலைகளையும் செய்வோம். உழுதல், விதைத்தல், நிலத்தை பக்குவப்படுத்துதல் முதல் நிலத்தில் செய்ய வேண்டிய வேலைகள் எல்லாம் செய்வோம். குடிசையில் குழந்தை களையும் கவனித்துக் கொள்வோம். ஆனால் ஆண்கள் அப்படியல்ல. சும்மா இருந்தே நேரத்தைப் போக்குவார்கள். அல்லது காட்டில் சுற்றுவார்கள். இப்போதைய நிலையில் கடைத் திண்ணையில் போய் நெடுநேரம் சும்மா குந்தியிருப்

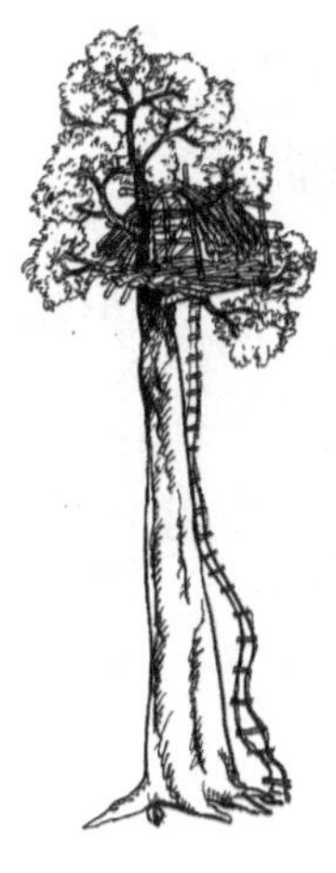

பார்கள். சாராயமும் கள்ளும் வந்த தோடு மிகவும் சோம்பேறிகளாகி விட்டனர். வெளியாட்களின் சகவா சமும் இதற்குக் காரணம். அரசாங்க திட்டங்களுக்குப் பின்னால் நடந் தும் விண்ணப்பங்கள் எழுதியும் நேரத்தைப் போக்குவார்கள். அத னால் குடியிருந்த பூமியையும் இழக்க வேண்டியதாயிற்று. ஒரு கட்டு வெற் றிலையோ, ஒரு கிளாஸ் சாயாவோ சாராயமோ வாங்கிக்கொண்டு நிலத்தைக் கோட்டைவிட்டவர்கள் நிறைய பேர். இதைப் பயன்படுத்திக் கொள்ள மற்ற பொது சமூகத்தில் நிறைய பேர் இருந்தனர். பெண்கள்

மத்தியில் இந்த மாதிரி ஒன்றும் இல்லை. அவர்கள் ஒற்றுமை யால்தான் எங்கள் சமுதாயம் வளர்ந்து நிற்கிறது.

எங்கள் மக்களின் வாழ்க்கை முறையும் பழக்க வழக்கங் களும் பிழைப்பும் பூமியோடு சம்பந்தப்பட்டவை. இது மற்ற சமூகத்தினரைவிடச்சற்று அதிகம். இதிலிருந்து பிடுங்கி திட்டங்கள் ஏற்படுத்தும்போது எங்கள் ஆட்களுக்கு அதிகம் சிரமங்கள் ஏற்படுகின்றன. பொதுச் சமூகத்தின் முறைகளை யும் சம்பிரதாயங்களையும் ஒட்டு மொத்தமாகப் பார்க்கும் போது இது தவறு என்று தோன்றும். புதிதாக உருவான காலனிகளில் சென்று பார்த்தால் இதைப் புரிந்து கொள்ளலாம்.

மண்ணைத் தோண்டி தண்ணீரைக் கண்டுபிடித்துக் குடித்த எங்கள் ஆட்களுக்கு, குழாய்த் தண்ணீர் கிடைக்க வில்லை என்று போராட வேண்டி வந்தது. எங்கள் ஆட்கள் காலம் காலமாக மண்ணிலிருந்தும் இயற்கையிலிருந்தும் விஷயங்களை நேரில் கண்டு பழகி வாழ்க்கை முறையை உருவாக்கினவர்கள். பயிரிட வேண்டிய நிலம், கருவிகள், சாதனங்கள், வசிக்கும் குடிசை இதெல்லாம் அவர்களே செய்து கொண்டிருந்தனர். அது பொதுச் சமுதாயத்தின் தேவைக்குரியதாக இல்லாவிடினும் அவற்றில் பூர்ணமான ஒரு வாழ்க்கை முறை இருந்தது. காற்று வீசும் காலத்தையும் மழை வரும் காலத்தையும் குளிர் அதிகரிக்கும் காலத்தையும் முன்கூட்டியே அவர்கள் அறிந்திருந்தனர். மரங்களிலிருந்து இலைகள் உதிர்வதைப் பார்த்தும் இயற்கையின் மாற்றங்களை நோக்கியும் உண்பதற்கும் குடிப்பதற்குமான பொருட்களைத் தயாரித்துக் கொள்ளும் வழக்கம் இருந்தது. அவை காடு, நிலம், இயற்கையோடு அதிகமாக இணைந்திருந்தன. பொது மக்க ளுக்குப் பயன்படும் திட்டங்களை எங்கள் ஆட்களுக்கு என்ற பெயரில் தயாரித்தனர். அதிலிருந்து பணம் பெற்று இந்த மக்களை எதற்கும் உபயோகமற்றவராக மாற்ற வேண் டிய கட்டாயம் பொதுச் சமூகத்திற் கும் அதிகாரம் தேவைப்படும் கட்சி களுக்கும் ஏற்பட்டது. நிற்கவோ திரும்பவோ இடமில்லாத காலனி பகுதிகளில் எங்கள் ஆட்களைக் கொண்டு வந்து குடிவைத்தனர். குடிக்க நீரில்லாமல், வெளிக்குப் போக இடமில்லாமல் சுகாதாரமற்ற

ஒரு கும்பலை உருவாக்கிக் கொண்டு வந்தனர். அங்கிருந்த பெண் குழந்தைகளைப் படிப்பதற்கென்று சொல்லி ஹாஸ் டல் கட்டி அங்கே கொண்டு தங்கவைத்து அதிகாரத்துக்கும் பதவிக்கும் பணத்திற்குமாக பொறுப்பானவர்களே அவர் களைப் பயன்படுத்திக் கொண்டனர். அவர்களுடைய வேட் கையுள்ள அச்சமூட்டுகிற அதிகாரமுள்ள பலமான கைகளே எங்கள் பெண் குழந்தைகளை விலைபேசின. அவர்கள் பொதுச் சமூகத்தின் தவறுகளை மட்டுமே கற்றுக் காண்டனர். அவர்களுடைய பேச்சும் நடத்தையும் வெட்கம் கெட்டு யாரும் எந்த வேஷமும் போட முடிந்தது. எழுத்துக்களைப் படிக்கவோ புதிய கல்வி முறையில் வெற்றி பெறவோ இயலாத அவர்கள் சமநிலையை இழந்தனர். நகரங்களின் அடிமை வேலைக்குப் பயன்படும் விதத்தில் எங்கள் ஆட்களைத் தயார் செய்தனர். அடிமை வேலைக்காக எங்கள் ஆட்கள் விண்ணப்பங்கள் அனுப்பத் தொடங்கினர். போட்டி பரிட்சை கள் எழுதி, தோற்று அவர்கள் உதவாக்கரைகளாயினர். எங்கள் ஆட்கள் பொதுச் சமூகத்தில் மக்களோடு போட்டி யிட தகுதி பெற்று விட்டனர் என்று அரசாங்கம் கணக்குகள் காட்டி எங்கள் முகத்தில் கரியைப் பூசியது. என்றைக்கும் தோற்றுக் கொண்டிருக்கிற ஒரு கூட்டமாக இந்த சமூகத்தை பாதாளம் வரை தாழ்த்துகிற அதிகாரிகளும் ஆட்சியமைப்பும் ஏற்பட்டன.

நல்ல வளமுள்ள நிலத்தின் காகித உரிமையாளர்கள் பயிர் செய்வதற்குப் பதிலாக காங்கிரிட் வீடுகள் கட்டி, செடி வளர்த்து சின்னாபின்னமாக்கிக் கொண்டிருந்தனர். விவசாயத்தில் லாபம் இல்லை என்று நிலத்தில் வித்து விதைக்கத் தெரியாத பண்ணையாளர் புலம்பினார். நிலம்

விற்பனைக்குரியதென்ற பயங்கர மான கண்டுபிடிப்புகள் பிறந்தன. சுவர்களும் வேலிகளும் நிலங்களைப் பிரித்தன. சாய்வு நாற்காலியில் சாய்ந்துகொண்டு நிலத்தைப் பார்த்த வாறே பெருமூச்சு விடுகிற ஒரு கூட் டம் பிறந்தது. அவருடைய மக்கள் வெளி நாட்டில் இருந்து அனுப்பும் பாங்க் காகிதங்களில் ஒரு வயோ திகக் கூட்டம் வாழ்க்கை நடத்தியது. குடியேற்றக்காரரின் புதிய தலை முறையினர் அவர்களது ஓய்வுக் காலத்துக்காக நிலங்களை அதிக விலை கொடுத்து வாங்கினர். தோட்டங்களிலும் வயல்களிலும்

செயற்கை தடாகங்களும் புல் மேடைகளும் அமைத்துவிட்டு நாட்டின் நிலைமையைக் குறித்து கண்ணீர்விட்டு தொடர்ந்து கட்டுரைகள் எழுதினர். ஆராய்ச்சிகள் நடத்திக் கோப்புகள் நிரப்பினர். மார்ச் மாதக் கடைசியில் ஆறுகள் வறண்டு போவது பற்றி விவாதங்களும் நடத்தி வரைபடங்கள் வரைந்து விற்பனைக்குக் கொண்டு வந்தனர். சிறப்பு மலர்களில் ஆசிரியர்கள் கண்ணாடியைத் துடைத்துக்கொண்டு கட்டுரை கள் எழுதி நிரப்பினர். காலனிகளில் புதிய தலைமுறை எழுதப் படிக்கத் தெரியாமல் ஹோட்டல்களில் பாத்திரம் கழுவியும், வீட்டு வேலைசெய்தும், திருமணம் ஆகாமல் தாயாகியும், காஸெட்கள் வாங்கிப் பாட்டுக் கேட்டும், கட்சி ஊர்வலத்துக்குப் போய் ஆயிரக்கணக்கானவரின் செங்கட லின் துளிகளாயினர். காலனிகள் ஏற்படுவதும் ஏற்பட வேண்டியதும் அப்படித்தான் என்பது பொது சமூகத்துக்கு ஏற்கனவே தெரிந்ததுதான்.

இந்தக் கூட்டத்தினரின் இடையே காணப்படும் பாட் டும் ஆசாரங்களும் சம்பிரதாயங்களும் மருத்துவ முறைகளும் நிலத்தின் தொடர்பால் ஏற்பட்டவை. இது நாங்கள் ஏற்படுத்திய ஒரு வாழ்க்கை முறையாகும். இன்னொரு வாழ்க்கை முறையில் அவற்றுக்கு வாழ்வோ அஸ்திவாரமோ இல்லாமலும் போகும். காலனியின் சுவர்களிலெல்லாம் பலவித தெய்வங்கள் மற்றும் சினிமா நட்சத்திரங்களின் படங்கள் அலங்கரித்தன. கத்திக போன்ற சடங்குகளை நாட்டுப்புறக் கலை அக்கடமிகள் ஏற்று நடத்தின. அவை யெல்லாம் பூமியில் எங்கள் வாழ்க்கையின் சின்னமாயிருந்தன. அவை இன்னொரு சூழ்நிலையில் நிலை நிற்க இயலாது என்பது மட்டுமல்ல, அவற்றை நிலை நிறுத்த வேண்டியது ஒரு சமுதாயத்தின் தேவையுமல்ல. அவற்றை மீட்டு எடுப்பதும் இந்த சமுதாயத்தின் கடமையுமல்ல. அவை தானாகவே நிலை நிற்க வேண்டியவை. காலத்தின் மாற்றங் களோடு தனியே நிலைக்க வேண்டி யவை. உடுக்கு அடித்தும் ஸாரி உடுத் தும் நாங்கள் நிலை நிறுத்துவது பொது சமூகம் பார்த்து மகிழ்வதற் கென்று கூறப்படுவது அதனால் தான். அப்படிப்பட்ட ஆசாரங்களை யும் சம்பிரதாயங்களையும் நினைவு படுத்தி, தோண்டியெடுத்துக் கொண் டாடுவது பொது சமூகததின் நடை முறை. அப்படிப்பட்ட ஒரு வழக்கம்

எங்கள் இனத்திலும் அதிகமாக ஏற்பட்டுவிட்டது. கத்திக போன்ற ஆசாரங்களை மகிழ்வுடன் கொண்டாடுவதும் அதைத் தொடர்வோம் என்று சொல்லி கொண்டாடுவது மான ஒரு கூட்டம் எங்கள் சமுதாயத்திலேயே ஏற்பட்டிருக் கிறது. எந்தக் கூட்டமும் அவர்களது எந்த ஆசாரத்தையோ ஆசாரமற்றதையோ அப்படியே நிலைத்திருக்க வேண்டு மென்று பிடிவாதம் பிடிக்க வேண்டியதில்லை. மக்களிடை யேயும் அது ஒரு ஓய்வு நேரத்தின் கண்கட்டு வித்தையாக மட்டுமே இருக்கும்போது அவற்றை காலனிகளுக்கும் கட்சி ஊர்வலங்களுக்கும் கொண்டு வரவேண்டியதில்லை. நிலமும் காடும் அதன் வானமும் அதன் காற்றும் இருக்குமென்றால் அவைகளும் இயற்கையின் வெயிலும் காற்றும் ஒளியும் சேர்ந்து எல்லா காலத்திலும் புதிய உயிர்கள் கலந்து ஒளி வீசி அதிக பிரகாசமாக விளங்க முடியும்.

வளர்ச்சித் திட்டங்கள் என்ற பெயரில் சமூகத்தின் லாபத்துக்கே முக்கியத்துவம் கொடுக்கிறார்கள். ஒரு சைக்கிள் கூட இல்லாத காலனிகளுக்காக ரோடுகள் அமைப்பது அதனால்தான். பாங்குகளில் இருந்து கடன் வசூலிக்க வருகிற வண்டிகளுக்காகவே ரோடுகள் அமைக்கப்படுகின்றன. அப்பப்பாறை காலனி போன்ற அனேக இடங்கள் அந்த மாதிரிதான். அதைச் சுற்றி சொந்த நிலமும் வீடும் தோட்ட மும் உள்ள ஆட்களுக்காக எங்கள் பேரில் திட்டங்கள் தீட்டப்படுகின்றன. நல்ல காற்றுக் கிடைக்க முற்றமும், கழிப்பிட வசதியுமில்லாத குடிசைகளுக்கு ரோடுகள் அமைத்துக் கொடுப்பதால் என்ன பயன்? ரோடுகளையே கழிப்பிடமாகப் பயன்படுத்த நேர்வதும் அதனால்தான். சுத்தமற்றவர்கள் என்று பழியேற்க நேர்வதும் அதனால்தான்.

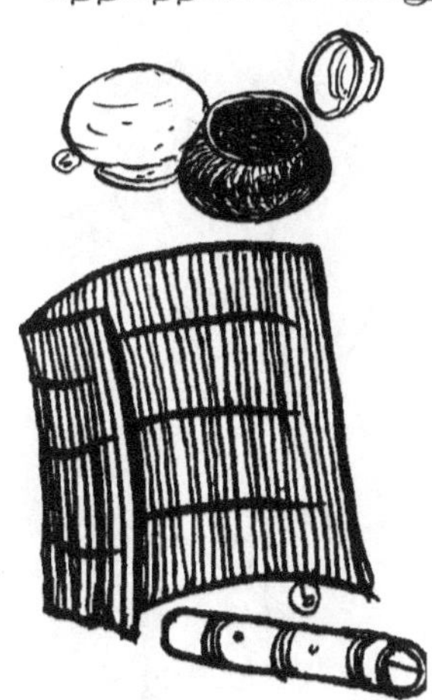

காலனிகள் பொது சமூகத் தின் காலனியாகவும் மாறுகின்றன. சாராயம் போன்றவற்றால் குடிசை களில் விரும்பத்தகாதவை நடக்கின் றன. வேலையொன்றுமில்லாமல் நகரத்திலோ காட்டிலோ வயலிலோ வசிப்பதற்காக வருகிற ஆட்கள் மேலும் மேலும் அதிகரிக்கின்றனர். குழந்தைகள் குழாய் தண்ணீர் கிடைக்காமல் குளிக்காமல் துணி வெளுக்காமல் மூக்கொழுக நடக்கின் றன. பெண்கள் தங்களிடையே ஏச்சுப் பேச்சும் முறைப்புமாகப் பகைத்துக் கொள்கின்றனர். தண்ணீர் பிடிப்ப

தற்காக மட்டுமே கூடி நிற்கிற மக்கள் தேவையின்றிச் சண்டையிடுகின்றனர். கேபிஞக்காகத் தோண்டிய குழியில் சோற்றுப்பானை விழுந்துவிட்டதாகக் கூக்குரல் எழுப்புகின்ற னர். காலனியின் உள்ளே கட்சிகளின் கொடிகள் உயரத்தில் பறக்கின்றன. சுவர்களில் தேர்தல் சின்னங்கள் காலத்தையும் ஒரு சமுதாயத்தின் பழக்கத்தையும் பார்த்து இளித்துக் கொண்டிருக்கின்றன. வேனிற்காலங்களில் பெரிய பள்ளிக் கூடங்களின் வண்டிகள் ஏழைகளை ஏற்றிக்கொள்ள வரு கின்றன. அவர்களை ஹாஸ்டல்களின் மறைவில் இரக்க மின்றிப் பாவிகளாக்குகின்றனர். பாவிகளில் பாவிகளாகி மனம் தடுமாறி நோயாளிகளாகத் திரும்பி விடுகின்றனர். சிலர் நகர இரவுகளுக்குள் வீசி எறியப்படுகின்றனர். அவர் களைப் பற்றிய புள்ளி விவரங்களும் டாக்குமென்டரிகளும் தயாரிக்கப்படுகின்றன. உண்மையில் காலனிகள் ஏற்படுவது இவ்வாறுதான்.

எழுத்தறிவு இயக்க வேளையிலும் விவசாயத் தொழி லாளர் இயக்கத்தில் செயல்பட்ட சமயத்திலும் எங்கள் ஆட்களின் இடையே அடிக்கடி சென்று பழக வாய்ப்பு கிடைத்திருக்கிறது. இந்த சமுதாயத்தினரின் கஷ்டங்கள் பற்றி நிறையவே அறிய முடிந்திருக்கிறது. எங்கள் ஆட்கள் மத்தியில் நிலம் பறிக்கப்பட்ட துயரங்கள் நிறையவே இருப்ப தாகத் தோன்றியது. காலனிகள் உருவாகி வரும்போது அந்த சூழ்நிலையோடு ஒத்துப் போக முடியாமல் போனதும் உண்டு. எங்கள் பழைய குடிசைகள் அதிக வசதிகளோடோ வலுவுள்ளதாகவோ கட்டப்பட்டிருக்கவில்லை. காற்றும் மழையும் படாமல் இரவில் உறங்குவதற்காகவும் காட்டு மிருகங்களிலிருந்து பாதுகாப்பதற்கும் அவற்றைக் கட்டினோம். கூட்டம் கூடுவதற்கும் சும்மா இருக்க வும் காற்றும் வெயிலும் காயவும் மைதானம் போன்ற முற்றம் எல்லாக் குடிகளுக்குமாக பொதுவாக இருந் தது. சுற்றிலும் காடும் குளம் குட்டை களும் வயல்களும் இருந்தன. குழந் தைகள் நல்ல விதத்தில் புரிந்து கொள்வதற்காகவும் பார்த்துத் தெரிந்து கொள்ளவும் திறந்த இயற்கை வெளி நிறையவே இருந்தது. சில பறவை களின் குரலைக்கொண்டே நேரத் தையும் காலத்தையும் தெரிந்து கொள்ள முடியும். மரங்கள் இலை களை உதிர்க்கும்போது மாதங்களை அறிந்து கொள்ளலாம். வெயிலைப்

பார்த்துப் பகல் முடிவதையும், மேகத்தைப் பார்த்து மழை வருவதையும் அறியலாம். மலைகளுக்கும் குன்றுகளுக்கும் உயரே இருள் வீழ்வதைப் பார்த்தால் எங்கே காற்று வீசுகிறது என்பது தெரியும். இயற்கையும் மரங்களும் மண்ணும் எங்கள் வாழ்க்கையுடன் அவ்வளவு அதிகம் சார்ந்திருந்தன. வயல்களில் தண்ணீர் பாயும் ஓசை எங்களுக்கு நீண்ட நேரம் கேட்டபடியே இருக்கும். குளிர் காலங்களில் வயலில் சிறு பிராணிகளின் ஒலி கேட்டபடியே இருக்கும். காட்டிலிருந்து காட்டுக்குக் வீசுகிற காற்று, காட்டை உலுக்கும் காற்று எங்கள் மேனியைத் தொட்டு ஒலி ஏற்படுத்தும். காட்டில் விழும் மழையும் காட்டில் விழும் வெயிலும் காட்டில் விழும் பனியும் எங்களுக்கு ஒன்றுதான். காலனிகளில் குடிசைகளில் எங்களை அடைத்தபோது நாங்கள் பறிகொடுத்தது நிலத்தை மட்டுமல்ல, எங்கள் வாழ்க்கைச் சூழலையும்தான்.

குடிசையில் இருந்து வெளிவந்ததும் ஆட்டோ ரிக்ஷாவில் ஏற வேண்டிய நிலைமை எங்களிடையே ஏற்படத் தொடங்கியது. சுத்தமும் ஒருவருக்கொருவர் கூடிப் பேசலும் வாழ்க்கைச் சூழலில் நன்றாகக் இடம் பெற்றிருந்த சமுதாயம் நீரில் குளிக்காமல், வியர்வை நாற்றத்துடன் ஒருவருக்கொருவர் ஏசியும் பேசியும் சண்டையிட்டுக் கொள்வதும் அத்தகைய நிலையில்தான். கோழி உள்ளே வந்துவிட்டது என்றும், குழந்தை வெளிக்குப் போய்விட்டது என்றும், குடி தண்ணீரில் சோப்பு பட்டுவிட்டது என்றும் கூறி எங்கள் சமுதாயம் ஒருவரையொருவர் விரோதித்துக் கொள்ளவும் தொடங்கினர்.

ஆரம்ப காலத்தில் தினை, சாமை போன்றவை பயிரிட்டு உண்டு வந்தோம். மரச்சீனிக் கிழங்கு, காச்சிக் கிழங்கு, சேனை போன்ற வையும் பயிரிடுவோம். நிலத்தை இழந்த பின்னர் இவற்றையெல்லாம் கடையில் விலைக்கு வாங்கவேண் டிய அவலம் ஏற்பட்டது. காட்டுக் கிழங்கு போன்றவற்றைத் தோண்டி எடுக்க முடியவில்லை. அவற்றில் விஷம் பரவியிருக்கிறது, சத்து இல்லை என்றெல்லாம் மக்களி டையே பேச்சு பரவியது. சந்தையில் விற்கும் உருளைக் கிழங்கும் பருப்பும் நல்லது என்று கூறத் தொடங்கினர்.

காடுகள் தோட்டங்களாக மாற்றப்பட்டுவிட்டன. எங்கள் ஆட்கள் கடைக்குச் சென்று எதையாவது வாங்கித் தின்ன லாம் என்றால் அதற்கும் பைசா இல்லை. கூலி வேலை தினமுமா கிடைத்துக் கொண்டிருக்கிறது? நிலத்திலும் வேலை இல்லை. வியாபாரத்திற்காகவும் வழக்குகளுக்காகவும் நிலம் கைமாறுகிறது. பூமியை பயிரிடுவது லாபகரமல்ல என்று கூறிப் பயிரிடாமல் விடப்படுகின்றன. பசியை மாற்ற கொஞ் சம் நிலமாவது வேண்டுமென்ற நிலைமை ஏற்படுவது அத்த கைய சந்தர்ப்பத்தில்தான்.

எங்கள் இடையில் ஆரம்பத்தில் குடியேறிய விவசாயி கள் வந்து சாகுபடியை மாற்றியும் அதை வியாபாரமாக்கவும் செய்தனர். அப்போதும் அங்கே ஏற்கனவே வயல்களின் உடமையாளர்களாயிருந்த பண்ணையார்கள் வயலில் இறங் காமலும் நிலத்தைக் கவனிக்காமலும் இருந்ததால்தான் இன்றைய நிலை ஏற்பட்டது. உழுபவனுக்கே நிலம் என்று கூறி புஸ்தகத்தை மட்டுமே வாசித்தவர்களுக்குத்தான் நிலம் கிடைத்தது. நிலத்தில் பாடுபட்டு அறிவுபெற்ற சமுதாயத் திற்கே நிலத்தில் சாகசம் நிகழ்த்த முடியும். கவிதையும் கதையும் மனப்பாடமாகச் சொல்லும் ஒரு சமுதாயத்தால் விவசாயம் செய்ய முடியாது.

மற்ற சமுதாயத்தைப் போன்றவர்கள் அல்ல எங்கள் பெண்கள். நாங்கள் எல்லாக் காரியங்களிலும் ஒத்த மனதுடை யவராயிருப்போம். மற்ற சமுதாயத்தினருக்கு அத்தகைய ஒரு வழக்கம் இல்லை. எவ்வளவு கஷ்டம் சகிக்க வேண்டி வந்தாலும் எங்களுக்கு சரி என்று படுகிற காரியத்தில் நிலைத்து நிற்கும் எண்ணம் எங்களிடையே இருக்கிறது. காட்டில் மழையும் காற்றும் கஷ்டங் களும் அனுபவித்து அனுபவித்து அவர்கள் கடினமாகி விட்டனர்.

ஆண்கள் அப்படியல்ல. வழி யில் போகும்போதே பொது சமு கத்து ஆள் யாராவது தோளில் கைபோட்டு காதில் எதையாவது சொல்லி, ஒரு டீயோ பீடியோ வாங்கிக் கொடுத்து ஆளையே மாற்றி விடுகிற வழக்கம் உண்டு. பொது சமுகத்தில் பெண்கள் வேலை செய் யாதவர்கள். புதிய முறை வந்ததும் பெண்கள் வேலை செய்யதே ஆக வேண்டிய வாழ்க்கை முறை ஏற்பட்

டதும் பெண்கள் விஷயம் ஒரு பிரச்சினையாகவே பொது மக்களிடையே உருவானது.

எங்கள் பெண்கள் ஏற்கனவே வயலில் நடவு வேலை செய்யப் பழகி இருந்ததால் அதிலிருந்து ஒருவிதத்தில் அவர்களுக்கு சக்தி கிடைத்திருக்கிறதென்று தோன்றும்.

பொது சமூகத்தின் கையில்தான் அதிகாரம். அதனால் வேலை இல்லை என்று சொல்லி விடுவதெல்லாம் வெளியே தெரியாமல் போகிறது. அப்பாவின் பெயர் சேர்க்கப்படாத குழந்தைகள் திருநெல்லி – திரிசிலேரி பள்ளிகளில் நிறைய பேர் இருந்தார்கள். எழுத்தறிவு இயக்க ஆசிரியர்களுக்கும் இதில் சம்பந்தமுண்டு. பசியைத் தீர்ப்பதற்காக கூலி வேலைக்கு எங்கள் ஆட்கள் மீண்டும் மீண்டும் அப்படிப்பட்ட ஆட்களின் கீழ் வேலைக்குப் போகவேண்டியதாயிற்று. சிறு வயதில் எள்ளுப் பூவை மொய்க்கவரும் தட்டானைப் பிடித்து தீப்பெட்டிக்குள் இடுவோம் – காலித் தீப்பெட்டி கிடைத்தால். அதைக் காதருகே வைத்தால் நல்ல பாட்டு கேட்கலாம். எள் செடி தும்பி பல நாட்கள் தீப்பெட்டியில் உயிரோடு இருக்கும். ஒன்றும் தின்ன வேண்டியதில்லை. பாட்டும் பாடும். ஒரே இரைச்சலாயிருக்கும். அந்தத் தும்பியும் அதிகம் கறுப்பாயிருக்கிறது. பெரிய ஓசை கொண்ட மைக்குடன் எள்ளின் தும்பிக்குப் போட்டியிட முடியாது.

மானந்தவாடியில் அப்புற்றி என்ற இடத்தில் எங்கள் சமுதாயத்தில் வீடும் குடிசையுமில்லாத சுமார் முன்னூறு ஆட்களை குடிசை கட்டி தங்க வைத்தோம். அது தொண் ணூற்று நாலாம் வருஷம். நானும் அங்கே வசித்தேன். அப்போது ஓர் இரவில் இரண்டு மூன்று வண்டிகளில்

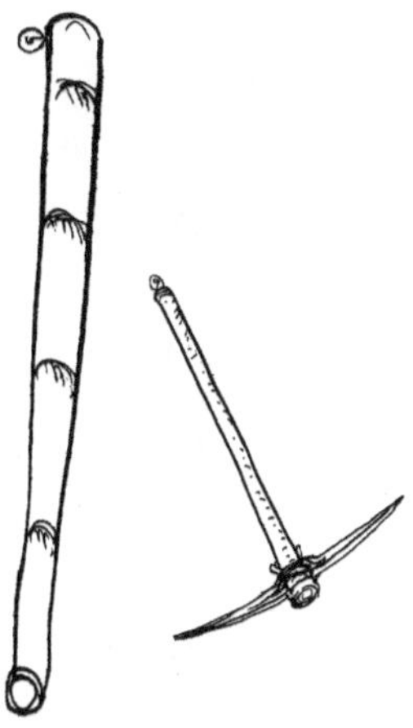

வனத்துறையைச் சேர்ந்தவர்கள் வந்து எங்கள் ஆட்களை நன்றாக அடித்தனர். எல்லோருக்கும் நல்ல காயம். நாங்கள் இருபது நாட்கள் வரை ஆஸ்பத்திரியில் கிடந்தோம். மற்றவர்களுக்கும் அந்த நிலத்தில் வசிக்க முடியாமல்போயிற்று. இதன் பின்னர் வெள்ளமுண்டயிலும் சீனியேறியிலும் மூணாறில் குண்டற என்ற இடத்திலும் இதுபோல நிலத்தைக் கைவிட வேண்டியதா யிற்று. இந்தச் சமயங்களில் ஆட்சி பீடத்தில் அமர்ந்திருந்த இடது வலது அரசாங்கங்கள் போராட் டத்தை அடக்கி ஒடுக்க முயன்றன.

அங்கிருந்து எங்கள் ஆட்கள் திரும்ப ஓடி தப்பிக்காததற்குக் காரணம் அவர்கள் ஓடி தப்பிக்க வேறு நிலமோ இடமோ இல்லை என்பதால்தான். அதன் காரணமாக நல்ல அடியும் கிடைத்தது.

இதெல்லாம் நிலத்தைக் கைப்பற்றுதல் மட்டுமல்ல. வாழவும் பிறந்து வளர்ந்த பூமியில் இறப்பதற்குமான எங்கள் அடிப்படைத் தேவைக்கான வாழ்க்கையின் கைப்பற்றல்தான்.

எங்கள் ஆட்களின் சரியான தேவைகளை அறிந்து பாடுபட்டு அதற்காகப் பணிபுரியும் ஆட்கள் எங்கள் சமு தாயத்திலேயே வரவேண்டும். பொது சமூகம் எங்கள் சமுதாயத்தைப் புரிந்துகொள்ளும் ரீதியில் மாற்றம் வேண்டும். எங்கள் ஆட்களுக்குப் பொது சமூகத்தைக் குறித்த அறி வின்மையை எங்களிடையே வரும் ஆட்கள் பயன்படுத்திக் கொள்கின்றனர். பணியர் போன்றவர்களின் குடிசைகளில் பார்த்தால் சுவர்களில் எங்களைப் போல கோலமும் குறி களும் வரைந்திருப்பதைக் காணலாம். களிமண்ணும் சாண மும் பயன்படுத்தி மிக அழகாக அவர்கள் குடிசைகள் கட்டுகின்றனர். குருமர்களும் இப்படித்தான். எங்கள் அடியார் இனத்திடையே அப்படிப்பட்ட வழக்கம் இல்லை. இப்போது குடிசைகளில் தெய்வங்களின் படங்கள் இருக்கின்றன. அங்கு மிங்கும் இருந்து வாங்கிக் கொண்டு வந்து ஒட்டி வைக்கிறார் கள். சினிமா நட்சத்திரங்களின் படங்களையும் அவ்வாறே ஒட்டுகிறார்கள். காலனி முறை வந்த பின்னர் இந்த வழக்கம் அதிகமாகிவிட்டது. வெளியே ஹாஸ்டல்களில் தங்கிப் படிக்கிற பிள்ளைகளின் மொழியும் பழக்க வழக்கங்களும் வெகுவாக மாறிவிட்டன. இதெல்லாம் நல்லதுக்குத்தானா என்றும் தெரியவில்லை. எங்கள் பழக்க வழக்கங்களுடன் இணைந்து வருகிற ஆட்களும் சமுதாயத்தில் அதிகமாக இருக்கிறார்கள். இருந் தாலும் மண்ணில் வேலை செய்கிற பழக்கம் நிலைபெற்று விட்டால் இந்தச் சமுதாயத்தின் கஷ்டங்கள் நீங்கிவிடும்.

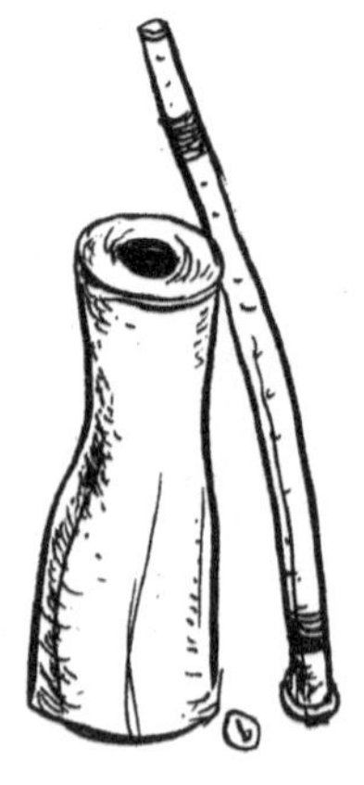

மண்ணில் வாழும் உரிமைக் காகவும் நிலத்தின் உண்மையான உரிமையாளர்களான மக்களின் உரிமைக்காகவும் நடத்தியதே எங்கள் போராட்டங்கள் எல்லாம். நிலத்தின் உரிமை குறித்துப் பொது சமூகத்தின் நடைமுறைகளும் பழக்க வழக்கங்

களும் எண்ணங்களும், எங்கள் மக்களின் தேவையை அனுசரித்துள்ள பழக்க வழக்கங்களும் இரண்டும் வெவ் வேறானவை என்பதுதான் உண்மை. அதனால்தான் எங்கள் நிலத்திலேயே நிலைத்திருப்பதற்காக அதிகாரங்களுடன் போராட வேண்டியிருக்கிறது.

என்னுடைய சிறு வயதில் எங்கள் குடிசையில் கண்ணாடி எதுவும் கிடையாது. கண்ணாடி பார்க்கிற வழக்கமும் இல்லை. வெள்ளமுண்டயில் குழந்தையைப் பார்த்துக் கொள்ளும் வேலைக்குச் சென்றபோதுதான் நான் முதன் முதலில் கண்ணாடியைப் பார்த்தேன். ஒரு மரப்பிடி உள்ள கண்ணாடி. அதில் சில இடங்களில் பூச்சி அரித்தது போலிருக்கும். அந்தப் பகுதியில் எனது உருவம் தெரியாது. வெள்ளமுண்டயிலிருந்து வந்த பிறகு என் குடிசையின் பின்பக்கச் சுவரில் ஒரு துண்டு கண்ணாடியைச் சாணத்தில் ஒட்டிப் பதித்து வைக்கப் பட்டிருந்தது. ஒரு சிறு துண்டுக் கண்ணாடி. எங்கள் நிலத்தில் நடவேண்டிய வித்துக்களைச் சாணத்தில் ஒட்டி இப்படித்தான் குடிசையின் சுவரில் பதிப்பது வழக்கம். விதையைப்போல் கண்ணாடித் துண்டை சுவரில் பதித்தது யாரென்று தெரியவில்லை. சிறிய துண்டுக் கண்ணாடி ஆனதால் என்னை முழுவதுமாக அதில் பார்த்துக்கொள்ள முடியாது. ஏதாவது ஒரு பகுதிதான் தெரியும். ஒரு முழுக் கண்ணாடி வாங்க வேண்டும்.

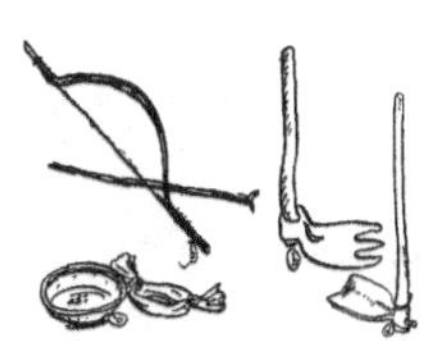

போரிடும் மலையின மக்கள்
நிலவுரிமையே வாழ்வுரிமை

"முத்தங்காவில் நடைபெற்ற போலிசின் துப்பாக்கிச் சூடு, அத்துமீறல்கள் பற்றி விரிவாகப் பேசிய பத்திரிகைகள், இப் போராட்டத்தின் அரசியல் நியாயத்தைப் பற்றி குறைந் தளவே பேசின."

- கீதானந்தன், தலைவர், 'தலித், ஆதிவாசி
போராட்டக் குழு'

ஆதிகாலம் முதல் இப்புவியில் வாழ்ந்து வருபவர்கள் மலையின மக்கள். ஆதிக்க இனங்களின் ஆக்கிரமிப்பால் இவர்கள் காடுகளை நோக்கி விரட்டப்பட்டனர் என்பதும், இந்தியாவில் இவர்களை அடிமைப்படுத்தி தங்களின் ஆதிக்கத்தின் கீழ்க்கொண்டு வர முயன்றவர்கள் ஆரியர்கள் என்பதும் மறக்கக்கூடாத வரலாறு. உலக மலையின மக்கள் தொகையில் மூன்றில் ஒரு பகுதியினர் இந்தியாவில் வசிக் கின்றனர். இவர்களில் 90 சதவிகிதம் காடுகளில் வாழ் கின்றனர். இந்தியாவில் ஏறக்குறைய 300 மலையின மக்கள் குழுவினர் வாழ்கின்றனர். இவர்களின் மக்கள்தொகை, இந்திய மக்கள் தொகையில் 8 சதவிகிதம் என்பதும் குறிப்பிடத்தக்கது.

இந்தியத் துணைக்கண்டத்தில் நீண்ட நெடுங்காலமாக சமூகத்தின் அடித்தளத்திற்குத் தள்ளப்பட்டவர்களாக மலை யின மக்கள் இருக்கிறார்கள். கேரளத்தில் பல பிரிவுகளை யும், உட்பிரிவுகளையும் கொண்ட மலையின மக்கள், பாலக் காடு மாவட்டத்தின் அட்டப்பாடி, வயநாட்டு வனப்பகுதி, இடுக்கி, காசர்கோடு, திருவனந்தபுரம் மாவட்டம்-அகஸ்திய வனம் வனப்பகுதி ஆகிய இடங்களில் அதிகமாக வாழ் கின்றனர்.

பழங்காலத்தில் தன்னிறைவு பெற்றிருந்த மலையின மக்களின் பண்பாடும் நாகரீகமும்-கேரளாவின் வயநாட்டில்

இருந்ததற்கான ஆதாரங்களைத் தொல்பொருள் ஆய்வுகள் தெரிவிக்கின்றன. கல்வியறிவு குறைவாக இருந்த போதிலும் பல்வேறு மலையின மக்கள், பல்வேறு கோத்திரங்களாக (உட்பிரிவு) ஜனநாயக முறையில் தங்களைத் தாங்களே ஆண்டு வந்தது, சந்தேகத்திற்கு இடமில்லாமல் நிரூபிக்கப் பட்டுள்ளது. இந்த வரலாறு புகழ் பெறாததற்கு, ஆதிக்கச் சாதிகளைச் சேர்ந்த வரலாற்றாளர்களும் தொல்பொருள் ஆய்வாளர்களும்-தங்களின் பெருமைகளை முன்னிறுத்தும் சுயநலம் கொண்டவர்களாக இருந்ததே காரணமாகும்.

பார்ப்பனீய மறுமலர்ச்சிக் காலத்தில், ஜைனர்களையும் பவுத்தர்களையும் கழுவிலேற்றிய கொடுமை அரங்கேறியது. இந்த நடவடிக்கையால் கர்நாடகத்தில் இருந்த ஜைனர்கள், அடர்ந்த வனப்பகுதியான வயநாட்டுக்குப் புலம்பெயர்ந்தனர். இந்தக் குடியேற்றம்தான் வயநாட்டுக்குள் நடந்த முதல் புலம்பெயர்வாகும். குடியேறிய ஜைனர்கள், வனங்களின் சிறப்பைச் சீர்குலைக்காமல் திட்டமிட்ட விவசாய முறையைப் பின்பற்றி வாழ்ந்தனர்.

அதற்குப் பிறகு நடைபெற்ற குடியேற்றம் பழசிராஜாவினு டையது. அவர் 20,000 எக்டேருக்கும் அதிகமான மலையின மக்களின் நிலங்களை ஆக்கிரமித்துக் கொண்டிருந்தார். எனி னும், அவர் வனங்களை அழித்து விவசாயம் செய்ய வில்லை. அதுமட்டுமின்றி, ஆங்கிலேயருக்கு எதிரானப் போராட்டத்தில், மலையின மக்களையும் இணைத்துப் போராடி தோல்வியடைந்தார். வெற்றி பெற்ற ஆங்கிலேயர் கள், வனப்பகுதிகளை அரசின் கட்டுப்பாட்டுக்குள் கொண்டு வந்தனர். இதற்கு அவர்கள் இயற்றிய 'வனச் சட்டம் 1865' துணை நின்றது. இச்சட்டம், இந்தியா முழுவதும் உள்ள பழங்குடி மக்களின் வாழ்வை நிர்மூலமாக்கியது. இன்று இந்தியாவில் ஆங்கிலேயே அரசு இல்லை. ஆனால், அவர் கள் இயற்றிய சட்டங்கள், மலையின மக்களின் வாழ்வியல் உரிமைகளைப் பறிப்பதாகவும் சுதந்திர இந்தியாவின் அடிமைகளாகவும் நீடிக்க வழிவகை செய்துள்ளது.

ஆங்கிலேயர்கள் பெருமளவிலான வனங்களை அழித்து காபி, டீ பண்ணைத் தோட்டங்களை அமைத்தனர். மேலும், இரண்டு உலகப்போர்கள், ரயில்வே வளர்ச்சி ஆகியவை இந்த நடவடிக்கையைத் துரிதப்படுத்தின. அதாவது, கப்பல் கட்டுவதற்கும், ரயில்களின் படுக்கைகள் செய்வதற்கும் தேவையான கடின வகை மரக்கட்டைகள் இங்கிருந்து தான்

வெட்டி எடுக்கப்பட்டன. அன்று முதல் 'தோட்டப் பண்ணைப் பொருளாதாரம்' (Plantation Economy) வயநாட்டில் முக்கியத் துவம் பெற்றது. ஆனால், அதன் நிலவுடைமைக் கட்ட மைப்பு பல்வேறு மாற்றங்களுக்கு உள்ளானது.

1940களில் இருந்து 1970 வரை நீடித்த புலம்பெயர்வு நடவடிக்கை, 'தோட்டப் பண்ணைப் பொருளாதார'த்தில் மிக முக்கியமான மாற்றங்களை ஏற்படுத்தின. இரண்டாம் உலகப் போருக்கு முன்பும் பின்பும் அலையலையாய் திருவாங்கூர் சமவெளிப் பகுதியிலிருந்து வயநாட்டுக்குப் புலம்பெயர்ந்த நடவடிக்கை மிக முக்கியமானதாகும். இரண் டாம் உலகப் போரினால் உள்ளூர் பொருளாதாரத்தில் ஏற்பட்ட சீர்குலைவு, பஞ்சம் ஆகியவை மக்கள் நெருக்கம் குறைவாக இருந்த வயநாடு போன்ற மலைப்பகுதிகளுக்குப் புலம்பெயரக் காரணமாக இருந்தது. இதன் மூலம் வயநாட் டின் நிலப்பகுதியில், வனப்பகுதி வெறும் 10 சதவிகிதமாகக் குறைந்தது. இந்தப் புலம்பெயர்வு நடவடிக்கையால்-தொல் குடிகளான மலையின மக்கள், தங்களின் நிலங்களைப் பறி கொடுத்து, சொந்த நிலம் இல்லாத நிலைக்குத் தள்ளப்பட்ட னர். எனினும், ஆங்கிலேயரின் கட்டுப்பாட்டுக்குள் இருந்த பெரிய பண்ணைகள் எந்த மாற்றத்தையும் பெறவில்லை. ஆங்கிலேயர்கள் வெளியேறிய பிறகு, அப்பண்ணைகள் அவர்களின் முகவர்களுக்கும் உள்ளூர் பணக்காரர்களுக்கும் சொந்தமாயின.

கேரள மாநிலத்தின் தேர்ந்தெடுக்கப்பட்ட முதல் அரசு கம்யூனிஸ்டுகளால் அமைக்கப் பெற்றது. நிலச்சீர்திருத் தத்தை நடைமுறைப்படுத்திய முதல் அரசு என்று கொட்டி முழக்கப்படும் இந்த அரசு, மலையின மக்களின் நிலங் களை அவர்களிடமிருந்து பிரித்தது என்பது மிகப்பெரிய முரண் நகையாகும் (irony). நிலத்திற்குச் சொந்தக்காரர் களாக இருந்த மலையின மக்கள், விவசாயம் செய்வதற்குத் தேவையான பொருளாதாரமும் விழிப்புணர்வும் இல்லாத நிலையில் குடியேற்றக்காரர்கள் கொடுக்கும் சிறிய தொகைக்கு-தங்கள் நிலங்களை குத்தகைக்கு அளித்தனர். குத்தகைக்கு நிலத்தைப் பெற்ற குடியேற்றக்காரர்கள் தங் களை குத்தகைதாரர்களாகப் பதிவு செய்து கொண்டனர்.

கம்யூனிஸ்ட் அரசு கொண்டு வந்த 'உழுபவனுக்கு நிலம்' என்ற கொள்கையின் அடிப்படையிலான நிலச் சீர்திருத்த சட்டங்கள், விவசாயம் செய்வதற்கே பொருளாதார வசதி

இல்லாத மலையின மக்களை-நிலப்பிரபுக்களாகக் கருதி, அந்நிலங்களின் குத்தகைதாரர்களான குடியேற்றக்காரர் களுக்கு நிலங்களை உரிமையாக்கியது.

1960இல் அமைக்கப்பட்ட 'தேபர் கமிஷன்'-26.1.1950க்குப் பிறகு தங்கள் நிலங்களைப் பறிகொடுத்த மலையின் மக்கள், தங்கள் நிலங்களைத் திரும்பப் பெறுவதை அரசு உறுதி செய்ய வேண்டும் என்று கூறியது. தேர்தல் அரசியலுக்குத் தேவையான 'வாக்கு வங்கி'யை மலையின மக்கள் பெற்றி ராத நிலையில் கம்யூனிஸ்ட், காங்கிரஸ் அரசுகள் அவர் களைப் புறக்கணித்தே வந்தன. இந்த மிக மோசமான நிலையில் 'நக்சல்பாரி' இயக்கம், மலையின மக்களை அமைப்பாக்கி, 'கொரில்லா' போராட்டத்தை நடத்தியது. இப்போராட்டத்திற்குத் தலைமை வகித்த பெருமான் வர்கீஸ், போலிஸ்காரர்களால் கொல்லப்பட்டார். இதனால் நிலவிய கொந்தளிப்பை சமாளிக்க அரசு, Kerala (Restriction of Transfer of Land and Restoration of Alienated Lands) Act-1975அய் கொண்டு வந்தது. எனினும், இதை நடைமுறைப்படுத்துவதற் கான விதிமுறைகள் 1986 வரை கொண்டு வரப்படவில்லை.

இச்சட்டத்தின்படி, 1960இல் இருந்து 1982 வரை நடந்த மலையின மக்களின் நிலமாற்றங்கள் செல்லாது என்றும், அந்நிலங்கள் அதன் உரிமையாளர்களான மலையின மக்க ளுக்கே திருப்பி அளிக்கப்பட வேண்டும் என்றும் கூறியது. நிலத்தைப் பயன்படுத்தி வரும் புலம்பெயர்ந்தவர்களுக்கு, மலையின மக்களுக்கு கொடுத்த தொகை திருப்பி அளிக்கப் பட வேண்டும்; அந்நிலங்களைச் செழுமைப்படுத்தியதற் கான இழப்பீட்டுத் தொகை அளிக்கப்பட வேண்டும். இதற்கு உதவும் வகையில், மலையின மக்களுக்கு 20 ஆண்டுகளில் திருப்பிச் செலுத்தக்கூடிய கடனை அரசு அளிக்கும் என்றும், இத்தொகையின் மூலம் புலம்பெயர்ந்த உழவர்களுக்கு மலையின மக்கள் தரவேண்டிய தொகையை கொடுக்க வேண்டும் என்று சட்டம் கூறியது.

'கேரளப் பழங்குடியினர் சட்டம் 1975', பழங்குடி மக்களி டம் இருந்து பிற மக்கள் நிலங்கள் வாங்குவதைத் தடை செய்தது. இத்தடையையும் மீறி எண்ணற்ற நிலமாறுதல்கள் நடைபெற்றன. இதனால் 1976 இல் 3,549ஆக இருந்த நில மற்ற மலையின மக்களின் எண்ணிக்கை 2001 இல் 22,491 ஆக உயர்ந்தது. இதைத் தடுப்பதற்கு மாறி மாறி ஆட்சி செய்த காங்கிரஸ், கம்யூனிஸ்ட் அரசுகள் எதுவும் செய்யவில்லை. 4.4.1991 அன்று எடுக்கப்பட்ட புள்ளி

விவரங்களின்படி, நிலங்களை மீட்டுக் கொடுக்கக் கோரி வந்த விண்ணப்பங்களின் எண்ணிக்கை 8,574 ஆகவும், மீட்கப்பட வேண்டிய நிலத்தின் அளவு 9,909 எக்டேர் நிலமாகவும் இருந்தது.

1975 ஆம் ஆண்டு கொண்டு வரப்பட்ட சட்டம், நடை முறைப்படுத்தப்படாமல் இருந்ததால், நல்லதம்பி என்பவர் கேரள உயர்நீதிமன்றத்தில் 1988இல் பொது நல வழக்குத் தொடர்ந்தார். 15.10.1993 அன்று உயர்நீதி மன்றத்தில் ஆறு மாதத்திற்குள்ளாக நிலங்களை மீட்டுத்தரக் கோரி கொடுத் துள்ள மலையின மக்களின் மனுக்கள் மீது உடனடி நட வடிக்கை எடுக்க வலியுறுத்தியது. பல்வேறு காரணங்களைக் காட்டி ஏமாற்றி வந்த காங்கிரஸ் அரசு, 1996 தேர்தலுக்கு முன்பு 1975 ஆம் ஆண்டு சட்டத்தைத் திருத்துவதற்காக- ஒரு அவசரச் சட்டத்தைக் கொண்டு வந்தது. அது, தேர்தல் நெறிமுறைகளுக்கு மாறாக இருந்ததால், ஆளுநரின் ஒப்பு தலைப் பெறவில்லை. அந்தத் தேர்தலில் வெற்றி பெற்ற கம்யூனிஸ்ட் அரசு, காங்கிரஸ் அரசு கொண்டு வந்த அவசரச் சட்டத்தைப் போலவே மேலும் ஒரு அவசர சட்டத் தைக் கொண்டு வந்தது. அதுவும் ஆளுநரின் ஒப்புதலைப் பெறவில்லை.

ஆகஸ்ட் 1996இல் கம்யூனிஸ்ட் அரசு உயர்நீதிமன்றத்தில் ஒரு ஆணைப்பத்திரத்தை (Affidavit) தாக்கல் செய்தது. அந்த ஆணைப்பத்திரம், ஒருங்கமைக்கப்பட்ட எதிர்ப்பால் 1975 சட்டத்தை நடைமுறைப்படுத்த முடியவில்லை என்று கூறியது. ஆனால், நீதிபதி பாலசுப்பிரமணியன், கடைசி வழி காட்டுதலாக ஆறு வார காலத்திற்குள்ளாக இப்பிரச்சி னைக்குத் தீர்வு காணவேண்டும் என்று வலியுறுத்தினார்.

கடைசி தேதி குறிப்பிட்டு வெளிவந்த ஆணையை நிறை வேற்றுவதற்குப் பதிலாக நீதிமன்ற அவமதிப்புக்குப் பயந்து Kerala Scheduled Tribes (Restriction on Transfer of Lands and Restoration of Alienated Lands) Amendment Act, 1996 அய் கொண்டுவந்தது. இந்தத் திருத்தம், மிகவும் பிற்போக்கான தாக இருந்தது. 1975 சட்டத்தின் படி, அட்டப்பாடியில் 10,000 ஏக்கர் மலையின மக்களின் நிலம் மீட்டெடுக்கப்பட வேண் டும். ஆனால், அதிகாரிகளோ 3,336 ஏக்கர் நிலத்தை 1,417 பயனாளிகளுக்கு மீட்டெடுக்க ஆணையிட்டனர். மேலும், 600 விண்ணப்பங்களின் மீது நடவடிக்கை எடுக்கப்படாமல் இருந்தது. ஆனால், உண்மையில் அதிகாரிகள் ஆணை யிட்ட நிலங்களின் மீது கூட மீட்புப் பணி தொடங்கவில்லை. இந்நிலையில், இந்தப் புதிய திருத்தத்தின்படி அரசு, 29

விண்ணப்பங்களின் மீதான 41 ஏக்கர் நிலம் மட்டுமே மீட்டெடுக்க வேண்டியதாகக் கூறியது.

ஆனால், அப்போதைய குடியரசுத் தலைவர் கே. ஆர். நாராயணன், அரசியலமைப்புச் சட்டத்தின் 9ஆவது பிரிவின் கீழ்வரும் ஒரு பிரச்சினையின் மீது திருத்தம் கொண்டு வரு வதற்கான அதிகாரத்தை-மாநில அரசு பெற்றிருக்கவில்லை என்று கூறி, அதற்கு ஒப்புதல் அளிக்க மறுத்துவிட்டார்.

மேலும், நீதிமன்ற அவமதிப்புக் குற்றச்சாட்டைத் தவிர்ப்பதற்காக கம்யூனிஸ்ட் அரசு, The Kerala Restriction on Transfer by and Restoration of Lands to Scheduled Tribes Bill, 1999அய் கொண்டு வந்தது. இந்த சட்டவரைவு, இரண்டு எக்டேர் நிலம் வரை ஆக்கிரமித்தவர்களை மன்னிப்பதாகக் கூறியது. வேறு வார்த்தைகளில் கூறுவ தென்றால், பறிகொடுக்கப்பட்ட நிலங்கள் எப்போதும் மீட் டெடுக்கப்பட மாட்டாது. பறிகொடுத்த நிலங்களை மீட்டெ டுக்க நடக்கும் மலையின மக்களின் வீரம் செறிந்த போராட் டத்தைச் சீர்குலைக்க அரசு, புதுவிதமான பயனாளிகளை உருவாக்க முடிவு செய்தது. அதன்படி, நிலமற்ற மலையின மக்களுக்கு ஒரு ஏக்கர் நிலம் வரை அவர்கள் வசிக்கும் மாவட்டத்தில் இரண்டு ஆண்டுகளுக்குள் தருவதாகவும், இதன் மூலம் 11,000 மலையின மக்கள் பயன்பெறுவர் என்றும் கூறியது.

இந்தச் சட்டவரைவு, மாநில அரசின் கட்டுப்பாட்டில் வரும் 'விவசாய நிலங்கள்' என்று அமையும் வகையில் வடிவமைக்கப்பட்டு இருந்தது. (மலையின மக்களின் நிலங் களைக் கைப்பற்றும் எந்த உரிமையும் அதிகாரமும் மாநில அரசுகளுக்கு இல்லை. ஆனால், இவை விவசாய நிலங்கள் என்று மாற்றப்பட்டால், அரசு அதன் மீது எப்படி வேண்டு மானாலும் நடவடிக்கை எடுக்க உரிமை இருக்கிறது.) நீதி மன்ற அவமதிப்பு வழக்கை சந்திப்பதைத் தவிர்க்க, கம்யூ னிஸ்ட் அரசு மலையின மக்களுக்கு நிலம் அளிப்பதாகக் கூறி பயிரிட முடியாத தரிசு நிலங்களை, வெறும் அடையாள அளவில் வயநாட்டில் 76 குடும்பங்களுக்கும், அட்டப்பாடி யில் 400 குடும்பங்களுக்கும் வழங்கியது.

ஆனால், டிசம்பர் 16, 1999இல் கேரள உயர்நீதிமன்றம், கேரள அரசு நீதிமன்ற அவமதிப்பு செய்ததாகக் கூறி அடுத்த 5 மாதங்களுக்குள்ளாக 1975சட்டத்தை நடைமுறைப் படுத்த வேண்டும் என்று அறிவுறுத்தியது. 'இதைச்செய்யத் தவறும் பட்சத்தில் தலைமைச் செயலாளர் தண்டிக்கப்படு

வார்' என்றும் கூறியது. 1975 சட்டத்தை நடைமுறைப் படுத்த வில்லை என்பதோடு, மலையின மக்களுக்கு எதிரான சட்ட வரைவுகளை 1996 மற்றும் 1999இல் ஒருமித்தக் கருத்துடன் காங்கிரஸ், கம்யூனிஸ்ட் கட்சிகள் சட்டமன்றத்தில் நிறை வேற்றின. மேலும், அரசால் திட்டமிட்டு உருவாக்கப்பட்ட இந்த சட்டங்கள்-'உலகத் தொழிலாளர் அமைப்பு' (மிலிளி) 107இன் விதி 3, 13 மற்றும் 14க்கு எதிராக அமைந்துள்ளது. உயர் நீதிமன்றத்தின் வழிகாட்டுதலின்படி செய்யாத அரசு, உச்சநீதிமன்றத்தில் அடைக்கலம் புகுந்துள்ளது. அதன் தீர்ப்பு இன்னும் வெளிவரவில்லை.

பாலக்காடு, கண்ணூர் மற்றும் வயநாட்டுப் பகுதிகளில் சூலை 2001இல் 32 பேர் பட்டினியால் இறந்தனர். இந்த மோசமான நிலைக்குப் பிறகுதான் சி.கே.ஜானு தலைமை யில் பல்வேறு மலையின மக்கள் சங்கங்கள் ஒன்றிணைந்து 'ஆதிவாசி கோத்ர மகா சபா' சார்பில், 'தலித் ஆதிவாசி போராட்டக் குழு' தலைவர் கீதானந்தன் உதவியுடன் போராட்டத்தில் குதித்தன. இப்போராட்டம், முதலமைச்சர் இல்லத்தின் முன்பும், தலைமைச் செயலகத்தின் முன்பும் அகதி முகாம்களை அமைத்து அமைதியான முறையில் நடந்தது. முதலில் பேச்சுவார்த்தைக்குத் தயாராக இல்லாத அரசு, 48 நாட்களுக்குப் பிறகு பணிந்து பேச்சுவார்த்தைக்கு உடன்பட்டு அதன்மூலம் ஒரு ஒப்பந்தம் உருவானது. அந்த ஒப்பந்தம் கீழ்க்கண்ட அம்சங்களை உள்ளடக்கியதாக இருந்தது:

• ஒரு ஏக்கர் நிலத்திற்கும் குறைவாக நிலம் வைத்துள்ள மலையின மக்கள் குடும்பங்களுக்கு, 5 ஏக்கர் நிலம் வழங்கப்படும். தொடக்க கட்டமாக 42,000 ஏக்கர் நிலம் 1 ஏக்கர் முதல் 5 ஏக்கர் வரை பகிர்ந்தளிக்கப்படும். அந்தப் பணி 2002 சனவரி 1லிருந்து டிசம்பர் 31க்குள் நிறைவு பெறும். • 2002இல் இருந்து நடைமுறைப்படுத்தப்படும் 10ஆவது அய்ந்தாண்டுத் திட்டத்தில் சேர்ப்பதற்காக ஒரு சிறப்புத் திட்டத்தை டிசம்பர் 2001க்குள் வகுப்பது. • மலையின மக்கள் வசிக்கும் பகுதிகளை அட்டவணை-5இல் சேர்ப்பதற் கான அமைச்சரவை முடிவு மற்றும் அதைக் குடியரசுத் தலைவரின் ஒப்புதலுக்கு அனுப்புதல். • 1975 சட்டத் தொடர் பான வழக்கில் உச்சநீதிமன்றத் தீர்ப்பை நடைமுறைப் படுத்துதல். • மேற்கண்டவற்றை நடைமுறைப்படுத்த மூத்த அய்.ஏ.எஸ். அதிகாரி தலைமையில் பழங்குடி இயக்கம் அமைத்தல்.

இந்த ஒப்பந்தம் உருவாகிய பிறகும் அரசு பல்வேறு காரணங்களைக் காட்டி, ஒப்பந்தம் நிறைவேற்றுவதைத் தாமதித்து வந்தது. அரசின் இரட்டை தன்மையையும் சந்தர்ப்பவாதத்தையும் உணர்ந்த 'ஆதிவாசி கோத்ர மகாசபா', நிலங்கள் இருக்கும் பகுதியில் தாங்களாகவே குடிசைகள் அமைத்துக் கொள்வது என்று முடிவு செய்து, சனவரி 2003இல் 'முத்தங்கா' வனப்பகுதியில் குடியேறினர். அரசு இப்போராட்டத்தை மழுங்கடிக்க வனப்பகுதிகளுக்குத் தீ வைத்தும், நாட்டுப் பகுதியில் உள்ள யானைகளை அவிழ்த்து விட்டும் சதி செய்தது. இப்பழியை மலையின மக்களின் மீதே சுமத்தியது. முத்தங்காவில் அவர்கள் இருப் பது, காட்டு மிருகங்களான யானைகளுக்கு இடைஞ்சலாக இருப்பதாகப் பிரச்சாரம் செய்தது. அத்துடன் நிற்காமல், அரசு திட்டமிட்ட மிருகத்தனமான தாக்குதலை அவர்கள் மீது தொடுத்தது.

அரசின் வன்முறையை எதிர்த்து போராட்டத்திற்குத் தலைமை தாங்கிய சி. கே. ஜானு, கீதானந்தன், சுரேந்திரன் ஆகியோர் மிகக் கடுமையாகத் தாக்கப்பட்டு சித்திரவதைக் குள்ளாயினர். 300க்கும் மேற்பட்ட மலையின மக்களைக் கைது செய்தது காவல்துறை. மலையின மக்களின் மீது மிருகத்தனமாகத் தாக்கிய குற்றச்சாட்டிலிருந்து விடுபடுவதற் காக 'ஆதிவாசி கோத்ர மகா சபா'வுக்கு விடுதலைப் புலி களுடனும் 'மக்கள் யுத்தக் குழு'வுடனும் தொடர்பு இருப்ப தாகவும் பொய்ப்பிரச்சாரங்களைக் கட்டவிழ்த்து விட்டது. அவர்களுடன் இணைந்து 'தேசவிரோதமாக', 'சுயஅரசு' அமைக்க முயற்சித்ததாக குற்றச்சாட்டை சுமத்துகிறது.

உண்மையில், அரசியலமைப்புச் சட்டத்தின்படி மலை யின மக்கள் வாழும் பகுதிகளை அட்டவணை 5க்குட்பட்ட 'சுய ஆட்சி'ப் பகுதிகளாக அரசு அறிவிக்க வேண்டும். ஆனால், கேரளா, மேற்கு வங்கம், கர்நாடகம், தமிழ்நாடு ஆகிய மாநில அரசுகள் இன்றுவரை மலையின மக்களின் பகுதிகளை அட்டவணை 5க்குட்பட்ட பகுதிகளாக அறிவிக்க மறுக்கிறது.

அரசு, மலையின மக்களுடன் செய்து கொண்ட ஒப்பந் தத்தை நிறைவேற்றாமல் ஏமாற்றி வரும் அதே சூழ்நிலை யில், அரசுக்கு நெருக்கமான புள்ளிகளுக்கு குறைவான தொகைக்கு குத்தகைக்கு கொடுத்துள்ள 114,816 ஏக்கர் நிலத்தைத் தொடர்ந்து குத்தகைக்கு அளித்து வருகிறது. டாடா டீ மட்டும் 50,000 ஏக்கருக்கும் அதிகமான நிலத்தை அரசிடம் இருந்து குத்தகைக்குப் பெற்றுள்ளதை 1996

மற்றும் 1997 சட்டமன்றக் குழு அறிக்கைகள் சுட்டுகின்றன. அது மட்டுமன்றி, 'டாடா டீ', மூணாரில் மட்டும் 30,000 ஏக்கர் நிலத்தை சட்ட விரோதமாக ஆக்கிரமித்துள்ளதாக பத்திரிகைத் தகவல்கள் தெரிவிக்கின்றன.

1975ஆம் ஆண்டு சட்டத்தை நடைமுறைப்படுத்த முடியா ததற்கு, தகுதியான நிலங்கள் இல்லை என்று கேரளத்தின் அரசியல் கட்சிகள் கூறிவருகின்றன. கம்யூனிஸ்டுகளால் எக்காள முழக்கமிட்டு தெரிவிக்கப்படும் நிலச்சீர்திருத்தம், பண்ணைகளை நில உச்சவரம்புக்குள் கொண்டு வராமல் விதிவிலக்கு அளித்து, 'டாட்டா' போன்ற முதலாளிகள் மலையின மக்கள் நிலங்களின் மீது ஆதிக்கம் செய்வதை நீடிக்க வகை செய்துள்ளது. ஆங்கிலேயர்கள், பல பெரிய பண்ணைகளை 'டாட்டா' போன்ற முதலாளிகளுக்கு மாற் றம் செய்தது மட்டுமல்லாமல், அரசும் ஆயிரக்கணக்கான நிலங்களைக் குத்தகைக்கு அளித்து வருகிறது. மேலும், குத்தகைக்கு அளித்த நிலங்களை விடவும் பல மடங்கு நிலங்களை அவர்கள் ஆக்கிரமித்துப் பயன்படுத்தி வரு வதற்கு அரசே துணை போகிறது.

இதைவிடக் கொடுமையான செய்தி, இடுக்கி மாவட்டத் தில் உள்ள கம்பகள்ளுவனத்தில் மட்டும் 10,000 எக்டேர் நிலம், கஞ்சா பயிரிடுவதற்காகப் பயன்படுத்தப்படுவதாக 'மாத்ரு பூமி' நாளேடு (15 பிப்ரவரி 2003) கூறுகிறது. இதே போல, அனைத்து வனப்பகுதிகளிலும் முறைகேடுகள் நடைபெற்று வருவதற்கு, மாறி மாறி ஆட்சி புரிந்து வரும் காங்கிரஸ் மற்றும் கம்யூனிஸ்ட் அரசுகள் துணை புரிந்து வந்துள்ளன. மேற்குறிப்பிட்ட மற்றும் பிற கஞ்சா பண்ணை கள், பலம்பெற்ற உள்ளூர் மற்றும் உலகளாவிய தொடர்பு களைக் கொண்ட 'மாபியா' கும்பலால் நடத்தப்படுகிறது.

ஒரு ஏக்கர் நிலத்தில் கஞ்சா பயிரிடுவதால் கிடைக்கும் வருமானம், ஒரு ஆண்டுக்கு ரூ.1.5 கோடிக்கும் அதிகமாக இருக்கும் என்று கூறப்படுகிறது. மாநிலத்தில் உள்ள பல்வேறு பிரச்சனைகளுக்கு சர்வதேச சுற்றுலா காரணமாக அமைந்துள்ளது. வயநாடு மாவட்டத்தை முழுவதுமாக சுற்றுலா மாவட்டமாக அரசு அறிவித்துள்ளது. 'பணப்பயிர் பொருளாதார'த்தின் (Cash Crop Economy) வீழ்ச்சி, மாநிலம் முழுவதும் நிலவினாலும் வயநாட்டுப் பகுதியை இது அதிக மாகப் பாதிக்கிறது. அரசு பணப்பயிர் பொருளாதாரத்தின் வீழ்ச்சியிலிருந்து மீள எந்த முயற்சியையும் எடுக்காமல், சுற்றுலாத்துறையை வளர்ப்பதற்கு எதையும் செய்யத் தயா

ராக உள்ளது. இதனால், சுற்றுலா 'பூர்ஷ்வா'க்கள் இப்பகுதி யிலுள்ளதால் நல்ல நிலங்களை வளைத்து வருகின்றனர்.

கேரள அரசின் சுற்றுலாத்துறையின் விளம்பரம், கேரளாவை 'கடவுளின் சொந்த நாடு' என்று பிரச்சாரம் செய்கிறது. அதாவது, 'வனங்கள் சுற்றுலா பயணிகளுக்கு மட்டுமே. அது, வனங்களின் புதல்வர்களும் புதல்விகளு மாகிய மலையின் மக்களுக்கு அல்ல' என்பது அரசின் அறிவிக்கப்படாத கொள்கை.

கவுதம சக்திவேல்

நன்றி : தலித் முரசு, ஆகஸ்ட் 2003